I0589827

Tìm quê / Nostalgia

DƯƠNG ĐÌNH HÙNG

TÌM QUÊ

TẬP TRUYỆN

Nostalgia

AN ANTHOLOGY OF SHORT STORIES

TRANSLATES BY NGUYỄN THANH TỊNH

VỰNG TẬP HỘI HỌA

BẢN THẢO
TỦ SÁCH GIA ĐÌNH

1.
Tìm quê

Mật ngữ / *80 x 100 cm - Oil painting by DƯƠNG ĐÌNH HÙNG*

Họ có bốn người, bốn bác sĩ, cha và ba đứa con trai Phước, Lộc, Thọ. Một gia đình thành đạt, nhiều tiền bạc, nhiều tên được gọi giống nhau khi sống xứ nẩy: "Docteur Pham" - gia đình họ Phạm.

Căn nhà rộn ràng, có đông người tụ họp. Ngôi nhà sang trọng trên đồi, nhìn được toàn cảnh cái làng Waikoloa,cái làng chỉ dành riêng người có lắm tiền trên đất Mỹ. Căn nhà sắm để đó, chủ nhân một năm ra đảo Hawaii hưởng gió biển, chơi gôn một hai lần... thiên đàng thế giới có nhiều mơ ước...

Ba cha con bác sĩ Phước, họ đuổi bắt nhau, ném bóng bầu dục trên sân cỏ trước nhà. Tụi nhóc la hét, cái giọng Mỹ tụi nhóc nói liên tục như chim. Tụi nhóc không chịu nổi mùi kho cá, mùi mắm thối bà nội nấu nướng. Cái bếp thiết kế chung với phòng ăn, phòng khách.

Chúng hét ầm lên:

- Thúi quá, thúi quá.

Giọng phát âm khó khăn, tiếng Việt của tụi nhỏ sống xứ người nghe nực cười. Chạy ra ngoài nhà đùa chơi, kéo luôn cả bà mẹ gốc Mỹ. Bọn họ không chịu nổi cái mùi thối đặc biệt. Mắm ruốc đó, món ăn quý hiếm chỉ đem ra kho cá khi Phước, đứa con cưng, ra đảo thăm mẹ. Phước thích cá ngừ, cá nục Hawaii, thích nhiều vợ.

Nhà được che chắn mặt trước bằng cái bình phong lớn làm bằng gạch, ít giống các nhà trên đảo. Chung quanh nhà bao phủ hàng rào cây dâm bụt dầy cộm có nhiều hoa đỏ.

Vườn được trồng nhiều cây nhãn, xoài, cam, cau, tre...; nhiều hoa trên một hòn non bộ lớn. Chủ nhân, bác sĩ Phạm Nguyên, muốn tạo một cảnh vườn Huế nơi đây, một cảnh vườn để hồi tưởng khi già nua.

Cảnh vườn có được ba năm từ ngày ông trốn đất liền, trốn vùng đất Mainland có nhiều tang tóc, ghê sợ.

Ba năm về trước, người em gái độc nhất bị bắn chết chung với hai con và chồng ngay tại tiệm vàng Phạm Thọ cả gia đình có thể bị bắn, ông trốn đến cái đảo ít người Việt, ít bắn giết nhau, may ra còn sống thêm vài năm.

Cái đảo người ta chỉ bắn con heo rừng tàn phá hoa màu. Trên đảo mỗi ngày có chiếc bay trực thăng vào núi săn lùng dê núi, loài vật phá phách làm rối loạn bầy chim quý, phá tan cái thiên nhiên trời cho.

Mỗi lần nghĩ đến cái ngày đen tối của cô em, đôi bàn tay ông toát lạnh , run rẩy.

Nắng lên cao, ông ngước nhìn ngọn núi tuyết xa xa, xếp lại kềm kéo, con dao tỉa cây làm vườn. Giờ đây những thứ dao kéo lớn, thô kệch nầy thay thế dao kéo phòng mổ, không còn mùi cồn thoang thoảng. Dường như công việc làm vườn dễ quen thuộc với ông hơn kể từ ngày về hưu, từ giã hẳn nghề nghiệp bác sĩ phẫu thuật.

Buổi cơm trưa có mồ hôi từ cái cay đắng trong cá đối kho, tiếng chép miệng từng hồi của Phước. Cậu con trai đầu ham làm việc, làm suốt tuần lễ chỉ để dành tối thứ bảy đi nhảy đầm. Có nhiều đào, nhiều tiền, nhiều tiền quên luôn thời gian, quên luôn vợ. Vợ bỏ, ly dị hai đời vợ, lại lắm bồ nhí.

Cô vợ thứ ba ăn chung với hai đứa con bà

trước, ăn món gà quay - Halu - Halku chick-en. Con gà được xẻ, mở tung ra, như mở cuốn tự điển. Họ bỏ tất cả, kể cả đầu, tim gan phèo phổi, chỉ còn xương và da thịt. Thổ dân tẩm gia vị màu đỏ đậm giống ngũ vị hương hai mặt trong và ngoài. Gà nướng trên cái máy quay tròn lớn bằng chiếc máy cày, đặt bên trên lề đường lớn lắm người qua lại. Mùi thơm giống mùi gà nướng trên vỉa hè thành phố Sài Gòn.

Người vợ ông mái tóc còn vài sơi đen. Ngồi nhìn con cháu ăn, đôi tay đan kết những vòng hoa sứ trắng đỏ, những cái lếch Hawaii, lếch truyền thống sẽ được mang trên vòng cổ cháu con để cầu mong may mắn, bình yên. Chiều nay mọi người ra đón tại phi trường Kona.

Ông liếc nhìn, gật gật đầu:

- Bà hái hết hoa trên cây sứ của tôi mất rồi.

Bà già cười:

- Ra chợ mua bảy cái vòng hoa nầy mất 35 đỏ, nên phải hái hoa ông trồng .

Ông thầm nghĩ: "Người càng giàu càng tẳn tiện, chỉ có kẻ tẳn tiện may ra mới giàu".

Đêm hôm đó căn nhà vắng có nhiều tiếng người nói chuyện bên bữa ăn tối.

Vợ Lộc người gốc miền Nam nước Pháp, nhà sống cạnh Paris. Mái tóc nâu đen khác mái tóc vợ thằng Thọ óng ánh bạch kim, cô ta dân Thụy Điển sống ở Mỹ.

Hai thằng con lai Pháp lại thích ăn nước mắm, được ngồi cạnh ông bà nội đầu bàn.

Có 13 người ăn tối, lắng nghe được nhiều ngôn ngữ Anh - Pháp - Việt, chẳng có ngôn ngữ chủ đạo. Có nhiều món ăn khác nhau vì khẩu vị không giống nhau, vì ngay màu tóc màu da màu mắt không đồng nhất. Quê hương xa vời của ông bà nội, vùng đất tạm dung có thể là quê hương của những đứa con trai ngồi đây, vùng đất khác nhau trên đó những đứa cháu nội của mình đang sống có nhiều sự khác biệt rồi.

Lần đầu ngôi nhà có đủ người trong gia đình hội tụ.

Ba cô dâu không là Việt Nam, ba bà vợ, ba bác sĩ con trai ông, Jimmy Pham, Billy Pham, John Pham. Tên ông Dr. William Pham, cháu nội cũng vậy, không còn tên Cu,

Cột, Kèo... Xưng hô gọi nhau chỉ còn là toa, moa, you, me...

Lộc phá tan sự im lặng:

- Ba chơi đánh bài đi.

Cái thằng chỉ có mê bài, cho đi du học ở Pháp, bác sĩ châm cứu, nhiều thân chủ Tây đến điều trị. Mê đánh bài cuối tuần, đánh bài suốt thứ bảy chủ nhật, đánh thâu đêm chủ nhật. Mãi đến sáng thứ hai mới lái xe về sớm, về phòng mạch cách Paris 100 km. Đôi khi ta mê mải làm để quên đời, quên nhiều thứ ám ảnh khác.

Ông lắc đầu, chỉ có vợ ông khuôn mặt rạng rỡ, bà nói:

- Chơi tứ sắc đi.

Có lẽ lâu lắm rồi giờ mới đủ tay chơi tứ sắc. Cái đảo gì thiếu người bầu bạn với bà, đâu còn tổ tôm, mạt chược rộn ràng của ngày nào.

- Ngủ sớm, mai đi tắm biển.

Thọ phát biểu. Hắn nói xong đứng dậy đi ngủ, kéo luôn vợ con hắn vào phòng.

Lại cái thằng Thọ chỉ mê biển, mê lặn xem tôm cá dưới sâu. Nó ra đảo thăm cha mẹ cũng vì biển, chẳng tốt lành gì.

Đêm ngủ ông bác sĩ Phạm nhớ Nha

Ánh đèn mỗ / 80 x 120 cm - Oil painting by DƯƠNG ĐÌNH HÙNG

12 . DƯƠNG ĐÌNH HÙNG

Trang, biển xanh có hàng dừa, đẹp như Hawaii ông đang sống. Bệnh viện Nha Trang ông làm việc thời trai trẻ, đi tắm biển sớm trước khi vào phòng mổ, nước biển xanh trong khác nước biển lục trong như màu nước dứa của Hawaii.

Tính tình thằng Thọ hơi giống ông thời trai trẻ: mê biển.

Ông lại nhớ cát trắng vùng Đại Lộc cạnh làng ông, nhớ tiếng sóng vỗ đêm ngày trên cái phá Tam Giang gần làng... Ông buồn trăn trở, không ngủ được.

Sáng ngày mai, cô dâu Thụy Điển dẫn hai đứa con ra vườn sớm hái cam bưởi. Có tiếng xột xoạt trong đám cây, những bông hoa đỏ Aquatorium lung lay nhẹ, có nhiều âm thanh lạ lạ, cô ta la làng:

- Cobra, snake... Có rắn.

Ông bố chồng chạy đến gần giải thích bằng tiếng Mỹ:

- Không có một con rắn trên đảo này, đó là những con chồn. Vài năm trước chính phủ thả hàng ngàn con chồn trên đảo để giết chuột. Chuột quá nhiều, phá hoại mùa màng dân. Khi chồn đi săn mồi, chuột đi ngủ và ngược lại. Chồn và chuột khó gặp nhau. Chồn chỉ còn đường tìm con rắn để ăn, ăn đến nỗi không còn được một rắn con trên đảo. Từ đó chồn sinh sôi đầy đảo, chuột lớn lên đầy đảo, mất luôn con rắn độc hại trên đảo, tội nghiệp!

Cả nhà tụ lại ngoài vườn xem, nghe chuyện con rắn. Ông ta sĩ lại dẫn cháu con đi xem cái vườn rộng hai mẫu, đặc biệt ông khoe cái cảnh vườn, có hòn non bộ mà ông chăm chút ba năm qua.

Vườn của ông có diện tích gấp mười lần cái nhà đang ở, có lắm nham thạch núi lửa. Ông thuê mấy chục thổ dân khiêng về làm ngọn đồi cao. Đỉnh đồi có cái nhà câu cá vua Duy Tân bên giòng sông Hương. Quanh đồi ông cho làm một con suối, có thể để tưởng nhớ giòng sông đó.

Cảnh quan có vài đình chùa miếu Việt Nam... Khu vườn đủ giúp ông sống lại thời ấu thơ tại làng Nguyệt Biều bên kia chùa Thiên Mụ. Dưới mỗi ký ức có thêm hàng chữ bằng đá trắng, đá màu trắng trong ông già nhặt dưới biển. Chữ trắng ghi: núi Thiên Thai, đình Kế Môn, cầu Lòn, chùa Tây Thiên...

Ông giải thích, diễn dịch cái gì ông đã và đang làm nơi đây trước những khuôn mặt ngơ ngơ của con cháu , lịch sử ở chỗ xa xôi đó còn nhiều bàn cãi. Nơi ông sống, cái quê hương tiền kiếp đôi khi muốn quay về - ông muốn khóc - con cháu muốn ngủ.

Có thể quá khứ quê hương chính của ba thằng con trai ông là Nha Trang không phải cảnh vườn đó. Cái trường tiểu học trên biển hòn Chồng, kỷ niệm thời trung học trường Taberd cạnh nhà thờ, tình yêu cô gái xứ Anh... Làng Kế Môn chỉ có truyền thống làm vàng, bán vàng như em gái ông, tội nghiệp nó chết thảm khốc vì vàng. Cái đình được xây cạnh con sông nhỏ, quê hương đó đã xa xôi với con ông, có thể là huyền thoại với cháu ông, chúng có đời sống khác, có nhiều hamburger, có sanwich, có fromage, có bánh mì thế cơm trắng và nhiều thứ khác nữa.

Buổi ăn tối cuối cùng tiễn biệt con cháu về có phở Bắc, bún bò và nem. Ông giải thích có cái tên nổi tiếng Việt Nam, vượt ra khỏi biên giới trở thành quốc tế, đó là "Phở và Nem".

Một tên gọi không chuyển dịch ra tiếng nước ngoài, được nhiều người ưa thích. Hàng ngàn qúan phở, quán nem ngay tại Paris, Mỹ, Úc... bảng hiệu chỉ có hàng chữ lớn *PHỞ* hoặc *NEM*, bảng hiệu dài 3 - 4 mét.

Phở chỉ nấu với bò, hủ tiếu Mỹ Tho chỉ nấu với thịt heo, còn bún bò trước mặt đứa con trai có cả thịt bò và thịt heo, pha lẫn được nhờ có ruốc.

Mấy đứa cháu, con dâu thích phở. Con trai ông thích bún bò, thích nem. Mảnh vườn ông làm nên như món ruốc hòa hợp ý nghĩ con cháu về vùng xa đó.

Ngồi lại trong ngôi nhà nhìn cái hoàng hôn trôi mau xuống biển, lớp người chơi gold rời khỏi sân chơi dưới ngọn đồi, cảnh vườn Nhật bên kia giữa trung tâm phố thị, có cả ngàn hoa Anh Đào nở rộ, ông lại so sánh mảnh vườn ông với món ruốc cho thịt bò thịt heo hòa hợp. Có giọt lệ trên má, chút buồn tủi.

Những ngày xôn xao nơi đây qua mau,

năm mới lại đến, bao nhiêu năm rồi ông vẫn chưa hòa nhập được. Đời ông lạnh lùng trong ngôi nhà có cảnh vườn cũ.

Hai năm sau, người vợ bỏ ông đi rất nhẹ, bệnh nhồi máu cơ tim, buổi chiều hoa trái trong vườn nở rộ. Ba người con trai về kịp tiễn mẹ vào nghia trang mới xây dưới chân núi tuyết Mauna Loa. Nấm mồ hiu quạnh nhìn ra hướng Tây hòn đảo, nhìn về cái vùng đất bà sinh ra, cách nửa biển Thái Bình. Sao quá xa? Ông nói:

- Người Việt Nam đầu tiên yên nghỉ nơi đây là bà.

Thân xác người vợ được thiêu đốt bên kia núi lửa. Ông hái một ít trái cây trong vườn: mãng cầu, đu đủ, xoài, chôm chôm đơm làm một mâm cúng người vợ thân thương, người đi chung với ông gần suốt quãng đời.

Chiều về, tụi nó thèm ăn thịt heo Kailua - pig, thứ thịt heo mà thổ dân hầm chín bằng than núi lửa. Con heo bọc lá chuối, chôn trong lòng đất, chung quanh chất đầy than nóng núi lửa trong 12 giờ. Đầu, da, mỡ chảy thành nước, còn lại thịt và xương, chia cắt nhau đôi đường.

Tụi nó ăn Kailua - pig ngon lành, ông ngửi được cái mùi khen khét của da thịt người, da thịt heo, ông ngồi yên mơ tưởng, giọt nước mắt cay cay.

Cuối năm đó có mùi hôi thối, khó chịu bốc ra từ trong ngôi nhà sang trọng. Một thân người chết tìm thấy rã rời, đã năm ngày, trên con suối nhỏ, đầu đánh mạnh vào ngọn núi Thiên Thai, cái vĩnh biệt lặng lẽ.

Ba người con trai bác sĩ không về kịp đưa tiễn xác cha như ngày đưa tiễn mẹ, tất cả bận đi nghỉ hè cuối năm.

Ngày đưa quan ông bác sĩ, không lời kinh kệ cầu siêu, không giọt nước mắt, chỉ có cảnh vườn cũ đứng nhìn, cái cảnh vườn buồn vì không chất chứa đủ hết cảnh đời tạm, không kịp nói cho cháu con ông nghe đủ hết đời sống Việt Nam hôm nay. ✔

2.
Ba người đàn bà
bên kia cồn bắp

Vỡ vụn / 100 x 120 cm - Oil painting by DƯƠNG ĐÌNH HÙNG

Ánh sáng đủ cho tôi nhìn thấy người đàn bà gần như trần truồng ngồi trên giường. Cái khăn đỏ phủ phần giữa cái thân tàn úa, da bọc xương, tóc trắng bù xù, nhìn ra cửa sổ. Lùi lại nhìn kỹ cái hình trong túi áo, cái con người tang thương đó, đúng là dì tôi, dì Renê.

Dì Renê, chị cả trong nhà có ba người đàn bà ở Huế.

Chuyện của dì nhiều, tôi không nhớ đủ hết, từ cái ngày còn tấm bé, nghe mẹ kể chuyện dì Renê trong những bữa ăn.

Chưa một lần tôi gặp mặt dì. Dì có chồng là ông Tây nhà đèn, năm 1945 gì đó theo chồng vào Tourane - Đà Nẵng - rồi theo tàu chở hàng về Tây. Nửa thế kỷ sau, người dì trên 70 tuổi có cháu đến thăm, đến trong cái viện dưỡng lão vùng Avignon miền Nam nước Pháp, trên tầng lầu thứ năm, trong căn phòng nhỏ bằng lỗ mũi. Tôi chào dì bằng tiếng Pháp.

Dì Renê nhìn tôi xa lạ, ánh mắt con bò

mùa khô hạn, nhiều chán chường. Có thể bà tưởng tôi là người hộ lý trong viện hay nhân viên sở xã hội cử đến . " Mười năm rồi không ai ghé thăm bà cả." Người phụ trách Viện cho tôi biết.

Tôi đến thì thầm bêntai dì:

- Con ở Việt Nam qua thăm dì Thi, con là con dì Thơ. (Mẹ tôi tên Thơ).

Tôi lúng ta lúng túng, kể nhiều chuyện trong nước, chuyện ở Huế, chuyện cồn bắp bên kia nhà, có chè bắp có chùa mới xây... cố giấu giọt nước mắt lắp dưới bờ mi.

Miệng bà há lớn dần, thấy rõ còn vài cái răng lấp lánh . Tôi đưa cho bà xem vài tấm hình bà gởi về nước cho mẹ tôi, hình gia đình tôi, sợi dây chuyền vàng 2 chỉ kỷ niệm dì Renê cho tôi 21 năm trước, ngày tôi có chồng... Có thể dì đã hiểu, hiểu một phần dĩ vãng dòng họ.

Dì ôm tôi hôn, cái hôn nhau nghĩ cũng lạ trong đời người.

Đứa cháu gái giờ đây được phép lau sạch cái thân già tàn úa của dì. Mồ hôi nhễ nhại mùa hè nước Pháp phủ luôn một màng tê tái trên làn da thiếu chăm sóc, thiếu người thân quen của dì.

Dì Renê giống bà cụ trên Buôn Mê Thuột, vào đốn cây rừng dưới nắng. Màu da dì Renê có trắng hơn nhưng hơi buồn chán, có chút cô đơn, xót xa.

Chải lại mái tóc dì , mặc cái áo , cái quần cho giống người. Điện thoại cho người phụ trách Viện dưỡng lão, tôi xin ở lại đêm, đóng 9 franc để có bữa ăn tối.

Ở lại trong chung căn phòng rộng gần 2 mét, dài 3 mét, có được một cái giường nhỏ, không tivi, không radio. Có một con chó trắng nhỏ, chó tên Tina, có lẽ chó buồn nên không sủa và còn có một cây đàn thập lục cũ treo trên tường trắng đục. Phòng dì nằm cuối cùng lầu năm, có nhiều phòng tương tự, có nhiều cụ già đang sống. Họ gần giống nhau, đôi mắt yếu, thích im lặng để nhớ đời người qua mau, có nhiều bất trắc, lạc loài. Tôi dìu dì Renê xuống sân, may còn cái vườn, lấp lánh những lá xanh và vài cụm hoa nhỏ, không thì buồn chết.

Mắt dì Renê mở rộng thêm sau bữa ăn tối, khuôn mặt dì tươi tỉnh lên, có lẽ lâu năm không có dịp ăn nhiều . Dì ăn chả Huế, cái miệng giống ăn trầu . Chả của tôi mang theo biếu dì.

Dì không ăn món soupe sền sệt đó, món thịt cừu thái nhỏ nấu với đậu dọn trên bàn . Dì chỉ ăn một góc lớn chả. Bữa ăn tối có chung nhiều người già, bóng dáng chập chững rất giống nhau. Bà nói tiếng Pháp thanh âm cộc cằn, nhát gừng cái "gu" già khó tính. Giọng Huế dì nặng chình chịch, cổ xưa như cái thang máy trong cái viện này.

Nằm cạnh dì buổi tối, tôi chiếm chỗ quen hàng đêm của con chó Tina. Đêm nay có lẽ Tina buồn.

Kể chuyện say sưa về cái thành phố mẹ tôi và dì Chút đang sống, cái cuộc đời có một giòng sông xanh, cái ngôi nhà thân quen trong khu vườn Vỹ Dạ có bình phong che chắn, có cái bến riêng trên sông, bên kia có cồn bắp, bắp nấu chè, nấu súp, bắp nướng.

Cái phong cảnh phôi pha đó ba người đàn bà có quá nhiều dĩ vãng...

Đời người mẹ tôi như nhiều người khác, nuôi con nuôi cháu, nuôi cho đến chết, khác người Tây, người Mỹ vào trại dưỡng lão cho chính phủ trông chừng.

Dì Chút, em út của ba chị em đã trốn về nước hai năm, dì than buồn, sợ cái lạnh ở New Yersey nước Mỹ, bỏ luôn con, luôn cháu, bỏ cái dinh cơ người con du học gầy dựng nên, bỏ luôn cái trông ngóng của hai đứa con.

Dì Chút về Huế sống với mẹ tôi, không cần hộ khẩu, ngày lên chùa nuôi trẻ mồ côi, dì mượn căn cước mẹ tôi để mua vé tàu đi Hà Nội. Dì tin không ai làm khó dễ, dì ước muốn khi dì chết cái thân xác được chôn cất tử tế.

Dì thường nói, dì sợ người ta thiêu xác rồi chôn chung mồ với những người xa lạ. dì sợ bị thiêu, dì sợ cái nóng của lửa. Dì sợ mấy chữ "lưu vong biệt xứ".

Sáng ngày mai, tôi mua cho dì vài sợi giây chuyền, vài chiếc nhẫn bằng kim loại rẻ tiền. Đêm qua dì bảo:

- Dì ước mơ có đồ chơi, đừng mua vàng rất nguy hiểm, dì không còn ai hết.

Ngôi chợ trời trong làng, kéo dài theo con đường lộ chính đến ngôi giáo đường cổ. Có nhiều dân Rệp bán hàng, có nhiều ngôi nhà cổ kiến trúc Ý lạ mắt. Tôi không quên mua trái banh Tennis trọc lông, ít sợi thun để bà chơi thẻ, đếm thun.

Cuối chợ được lấp lối bằng đám đông người, nhiều ban nhạc du ca giữa công viên. Những ngôi nhà chung quanh hoàn toàn che lấp bởi hàng chục bức tranh trên tường, che luôn cánh cửa. Có cái bánh xe quạt nước lâu đời nước Pháp đặt ngay trung tâm làng.

Ngồi bên dì Renê, trên bãi cỏ ngoài công viên, cái nắng ấm làm dì vui hơn,, cái khoảnh khắc còn lại. Gặp lại một người dì, có tiếng đẹp, cầm thi nổi tiếng, tiền bạc có thừa, thời gian xứ lạ đến nông nỗi rã rời. Tôi thử hỏi:

- Tại sao và tại sao dì trần truồng?

Dì kể cái ông chồng Tây nhà đèn của dì

mất gần hai mươi năm, vì ung thư gan. Thằng con trai đi lính chết đạn, bị tụi Rệp bắn khi tấn công vào đồn ở xứ châu Phi. Hai căn nhà quận 18 - Paris hiện nay đang cho thuê.

Dì buồn, xuống thành phố Tourane miền Nam để trốn dĩ vãng. Có đêm dì đi về khuya, bọn Rệp đánh dì ngất xỉu, lột trần, may có người cứu đưa vào bệnh viện.

Cuối cùng họ chuyển dì về đây cho vắng người. Mỗi tháng dì còn tiền hưu mười mấy ngàn francs, họ trừ hết tiền ăn, tiền điều trị, tiền mua thức ăn cho Tina, tiền khám thú ý... Dì không còn đồng dính túi. Tôi cho dì 50 franc để dì xài rồi hỏi:

- Mỗi tháng dì có hơn hai ngàn đô, sao dì không về Việt Nam dì sống? Dì Chút đã về Huế hai năm nay.

Bộ mặt dì hoang mang khủng hoảng đến tội nghiệp, đôi mắt ngờ vực đầy bất trắc luôn luốn có trên dì, nhất là khi nhắc đến quê hương mà dì đã rời bỏ.

Từ hôm qua đến hôm nay tôi vẫn chú ý điều đó. Cái tâm thức dì Renê bị đè nặng trong nhiều năm tháng, những cái thông tin làm dì tẩu hỏa nhập ma, chối từ luôn mảnh đất sinh ra mình. Tôi trấn an dì :

- Con vẫn sống như hàng chục triệu người khác sống, con đi từ Huế đến đây ghé thăm dì .

Buổi chiều từ giã dì Renê, về lại thành phố Nice, công ty tôi có cuộc triển lãm thương mại quốc tế, gian hàng nhỏ nằm giữa công viên trung tâm, cạnh bãi biển, trong vùng Côtes d'Azur.

Ban đêm có nhiều xe hoa và thiếu nữ đẹp, có nhiều hoa ném kín đường đời, có nhiều ban nhạc diễu hành, có nhiều điều bất hạnh in dấu trong tiếng kèn đồng Phi châu dội vang giữa phố đông người.

Biên giới giữa tôi và dì Renê tại sao còn quá lớn, xa xôi làm sao? Thôi thì buông xuôi vậy.

Ngày hôm qua, tôi kể một phần câu chuyện dì Renê, chuyện con chó Tina và dì Renê vẫn sống, vẫn ăn, ngủ với Tina, không chơi đàn tì bà nữa... cho giảm bớt thổn thức trông ngóng của mẹ và dì Chút.

Chiều tối, có hai người em gái bên kia cồn bắp lên chùa Tây Thiên, cạnh đàn Nam Giao, thắp nhang cầu an cho dì Renê và chó Tina, mong họ ngủ an bình trên chiếc giường nhỏ. "Họ" khác nhau một điểm, trong cái đầu con vật không có sự phá sản, không có sự tàn lụi, không có sự giẫy chết của linh hồn và tâm thức như ở con người. ✔

3.
Lưu lạc
một vần thơ

Lóe sáng / *80 x 120 cm - Oil painting by DƯƠNG ĐÌNH HÙNG*

Mục đích cuộc đi xa này, tôi sẽ có dịp ghé được Edmonton, thành phố xa xôi tận cực Bắc, nơi tôi sẽ giao được tập thơ "Hát dạo bên trời" đến tay người nhận - Tôi đã nhận lời đem đến tận tay cho "anh bạn đời" (gọi thế là vì người nhận là anh ruột của một người bạn quý hiếm trong đời tôi).

Hai tháng trước đây, một hôm trước ngày đáp máy bay qua Canada. Kim, người bạn đến nhà, nhờ tôi chuyển dùm tập thơ của TDL với chữ ký của tác giả, có địa chỉ và số điện thoại của người anh, và đôi lời nhắn gởi... Thầm nghĩ tôi sẽ ở khá lâu bên đó nên đã nhận lời và nói:

- Tôi chỉ cần có số điện thoại, sẽ tìm được địa chỉ của anh K. Sẽ giao tập thơ này tận tay ông anh...

Nhìn tập thơ "Hát dạo bên trời", lời thủ bút của tác giả đã viết trân trọng ngay trang đầu tiên: *"Được thai nghén trên 30 năm. Nay đứa con đầu ra đời và hiện đang đứng hát dạo bên trời".*

Khi qua đến bên này, nhìn bản đồ rộng mênh mông của Bắc Mỹ, mò ra thành phố Edmonton cũng khó. Lúc đầu tưởng nó nằm đâu gần Quebec, Montreal hay Toronto. Nó nằm tận cao tít trên tiểu bang xa lạ Alberta, len cao chút nữa là cực Bắc Canada, rồi Alaska, nơi cách Toronto chỗ tôi đang triển lãm tranh đến hơn 5.000 kilômét. Mỉm cười, tự nhủ dù sao mình cũng phải đến đó, như lời đã hứa ở quê nhà.

Vợ chồng L. đón ở phi trường, sau đó đưa chúng tôi về nhà anh ta ở lại. Nhà nằm trên ngọn đồi cao, một xóm vắng dành cho người giàu có. Phía sau nhà là thung lũng phủ đầy cỏ. Cỏ đã héo khô lúc đông băng giá chưa về. Cỏ chết vàng úa. Những hạt cỏ rơi cuối thu, có nơi khác ở Bắc Mỹ là mới chuyển màu vàng đỏ. Vùng này khá lạ, lá đã rụng tự bao giờ.

Phía sau nhà, tầng trệt dành cho bố mẹ

L. từ Việt Nam qua đã được mấy năm. Nối tiếp là một sân nhỏ, có con đường đi xuống vùng sâu thung lũng, có hàng cây khô gắn chặt vào đất. Cây như những bộ xương cá đen trên nền trời xám. Thấp thoáng xa xa vài mái nhà im vắng giữa gió rét, phía xa trên đồi cao có cầu nhảy, đó là nơi để thi môn nhảy cao nghệ thuật xây trên đỉnh dốc đứng. Cầu nhảy được dùng tranh tài. Thế vận hội mùa Đông 1988.

Chiều mai thứ Bảy, vợ chồng L. được mời lên Edmonton tham dự đêm chiêu đãi dành cho những cá nhân xuất sắc của tiểu bang, mỗi năm được tổ chức chỉ một lần. Tôi lợi dụng dịp may này để có dịp cùng rong ruổi và trao tập thơ.

Anh ta du học ở Montreal, là Tiến sĩ Hóa, chuyên viên loại giỏi của hãng dầu khí tiểu bang này. Vợ anh trước đây là dược sĩ, nhưng khi qua đây học ngành tài chánh, hiện nay làm việc cho ngân hàng. Chuyện người Việt chăm học, chăm làm và trở thành chuyên viên giỏi ở nước ngoài thì nhan nhản khắp thế giới.

Hôm đó, ngày không có mặt trời chỉ có gió lạnh buốt trùm kín không gian dọc theo xa lộ số 2, con đường trực chỉ phía Bắc, đến vùng băng giá quanh năm. L. lái xe, tay gõ nhịp theo những bản nhạc Việt xưa cũ, thỉnh thoảng anh hát theo. Âm nhạc là niềm say mê của anh, nhất là chơi guitar cổ điển. Anh ta hát và hỏi:

- Tôi thấy dường như trong nước lúc này hình như ít có bài hát hay so với những năm về trước?

Ngồi cạnh, tôi mỉm cười:

- Thật ra năm nào cũng có vài bài nhạc mới hay nhưng ít người biết, đôi khi đám trẻ lại không ưa. Có những bài hát trung bình lại được quảng cáo ầm ĩ, ít có bài hay, có lẽ do mấy ông nhạc sĩ nhà mình lười sáng tác. Không phải lãnh vực âm nhạc mà nhiều lãnh vực nghệ thuật khác cũng cùng cảnh ngộ. Xã hội thay đổi quá nhanh, chắc đầu óc người nghệ sĩ cũng rối bời. Hôm qua người ta là thế này, hôm nay đã đổi khác. Chuyện tham nhũng, chuyện sì ke ma túy, chuyện thiếu văn hóa, xã hội rối rắm... bao nhiêu hình ảnh quay cuồng. Ngay có không ít họa sĩ khi họ vẽ tranh, họ còn không biết mình vẽ cái gì? Huống chi là thơ là nhạc!

Chúng tôi tranh luận về những bản nhạc hay đối với riêng anh, với riêng tôi và đâu là bản nhạc hay cho con chúng ta? Một bản nhạc hay có giống như món ăn quen thuộc như mẹ nấu cho ta hồi còn bé dại? Những đứa con lưu lạc giờ đây đâu còn thấy ngon khi tụi nó ăn bún mộc, bún mắm? Chúng quen ăn bánh mì gà rán, thích MacDonald, đâu có kỷ niệm ăn cơm nguội mỗi buổi sáng trước khi đi học. Một bản nhạc hay có phải như một món ăn ngon hợp khẩu vị nhiều người?

Hai bên đường rất vắng người, chỉ có những nông trại rộng lớn trồng lúa mì bạc ngàn nhà kho với dàn kho ông to cao chứa lúa, chỉ lên trời cao như khẩu đại pháo. Ngọn lửa đỏ hừng hực cháy giữa vòm trời xám từ những nhà máy dầu cạnh thành phố hươu đỏ (Red deer). L. kể lại là thành phố nhỏ vắng lạnh này cũng có cả ngàn người Việt tới sinh sống vì có nhiều mỏ dầu, mỏ vàng. Họ dễ kiếm công ăn việc làm vào thời buổi khó khăn. Ngọn lửa cô quạnh như niềm hy vọng nhỏ giữa bầu trời xám xịt.

Tiến lên cao phía Bắc, hai bên tuyết phủ đến chân trời. Vài ngôi nhà gỗ như bị bỏ quên giữa rừng khô lá, buồn bã bên chân núi. Những mái nhà của người da đỏ lẻ loi dọc hai bên xa lộ với ánh đèn leo lét trong đêm tối như là dấu ấn sống của người chủ bị chiếm đất bằng vũ lực. Họ bị hất ra bên lề cuộc sống ngay trên đất nước mình.

Xe vượt trên xa lộ, thỉnh thoảng chui qua những chiếc cầu riêng dành cho thú khi ngang qua một cánh rừng. Người ta sợ xe tông vào những hươu nai băng trong rừng ra giữa đường lộ.

Đến Edmonton đã xế chiều vừa lúc cơn mưa lớn ụp tới. Vợ chồng tôi vào trú đêm lại khách sạn Edmonton mall. L. đưa vợ về chỗ ở riêng dành cho quan khách được mời dự tiệc đêm hôm đó.Edmonton mall nổi tiếng nhất vùng đất này. Đó là tòa nhà vĩ đại chứa nhiều thứ ăn chơi, mua sắm. Mall này xếp vào loại lớn nhất thế giới do hai anh em người Ả Rập đầu tư xây dựng nên. Hàng ngày shop mua bán, hàng trăm tiệm ăn, cả chục Gallery. Có bãi biển nhân tạo, trồng hàng dừa không lên nổi trái. Người tắm biển ấm có thể nhìn tuyết rơi ngoài trời. Một sở thú, một vườn cho lũ trẻ chơi đùa. Một sòng bạc lớn cho người thích đen đỏ. Một sân trượt băng nghệ thuật, vài rạp chiếu bóng. Mấy chú cá heo biểu diễn nhảy lên trờii rồi nhào lặn... và chỉ một khách sạn mười mấy tầng trang trí đủ loại kiểu cách Au, Á, Ai Cập... Tất cả quần thể trên đều dưới chung một vòm kính ngăn gió lạnh quanh năm.

Ném hành lý vào tủ, tôi hổ hởi nhấc điện thoại gọi cho "anh bạn đời", số điện thoại có ghi ngay trên trang đầu tập thơ "Hát dạo bên trời".

Chuông reo, giọng nói ngạc nhiên từ phía bên kia. Tôi vui mừng báo cho "anh bạn đời" - nhiều điều: "Tôi đã mò lên tới đây - ở lại đêm cách nhà bạn không xa. Mang theo tập thơ người bạn xưa cũ là anh TDL gửi sang tặng anh. Đôi lời nhắn nhủ của người em ruột chuẩn bị thi học bổng đi Mỹ học - rồi thân ái mời bạn tới khách sạn này đêm nay uống một ly rượu với nhau - Tối nay tôi chỉ có một mình trong khách sạn, vì bà xã sẽ vô mấy Shopping ngắm áo quần son phấn...". Giọng nói lạnh lùng vang lên từ phía bên kia:

- Tôi mới đi làm về, nếu rảnh tôi sẽ tới.

- Đây là tập thơ đầu tay của TDL, hình như là bạn rất thân với anh? Anh là Hội viên Hội Văn bút Hải ngoại tại Canada, chắc anh sẽ thích tập thơ này? Tôi có đọc qua bài viết của anh trong tuyển tập "Văn bút Canada" của người Việt ở đây.

Rồi báo cho anh ta biết số phòng tôi đang ở lại. Có thể tôi sẽ đi loanh quanh trong cái Mall này để đợi anh. Mọi chuyện đi đâu tôi sẽ báo cho người tiếp tân khách sạn rõ... để chúng ta dễ tìm nhau.

Khách sạn tôi ở chỉ chiếm một vị trí nhỏ trong Edmonton Mall này nhưng là điểm nối liền với mọi điểm vui chơi. Thiết kế chỉ có quầy tiếp tân và 4 cái thang máy lớn đi lên phòng ngủ. Tôi tranh thủ thời gian nhìn đám cá heo nhảo lặn, chui xuống tàu ngầm xem cá. Nhiều thứ miễn phí dành cho khách ngủ tại khách sạn.

Dấu tích */ 100 x 60 cm - Oil painting by DƯƠNG ĐÌNH HÙNG*

38 . DƯƠNG ĐÌNH HÙNG

Tàu ngầm lặn sâu trong con kinh đào giữa hàng ngàn loại tôm cá cua, được mua khắp nơi trên thế giới mang về. Cá muôn màu bơi lặn giữa những san hô trắng đỏ... bỗng thương nhớ, tội nghiệp cho các bờ biển thật và tuyệt đẹp ở quê nhà.

Đâu còn Nha Trang xưa với san hô đỏ quanh đảo gợn sóng lặng xanh. Giờ san hô cùng tiệt, người ta đem lên bờ để bán. Biển không có rong có san hô làm gì có chỗ cho cá sống cá lội, chưa kể chất nổ ném đêm ngày để đánh cá lớn, giết cá nhỏ kể cả trứng cá. Loanh quanh chờ khá lâu, gọi điện thoại lần nữa cho "anh bạn đời".

Tiếng người đàn bà trả lời:

- Anh ta lái xe đi khỏi nhà rồi!

Sau buổi cơm tối ngay trước khách sạn, loay hoay một tối trong cái Mall này. Chẳng dám xuống "biển giả" chơi, chẳng dám vào sauna tắm hơi dù được miễn phí, chỉ vì sợ mất thời gian của "anh bạn đời" khi ghé đến tìm. Những giờ trôi qua vô vị. Tôi chờ đợi mân mê tập thơ "Hát dạo bên trời", lạc lõng giữa đám người lạ ồn ào quanh đây. Bên ngoài lạnh 25 độ ẩm chắc nhiều tuyết lắm. Nơi quầy khách sạn, giở ra đọc mấy vần thơ đầu tiên trên trang nhất:

Người đi theo bóng thiên thu
Bỏ đây năm tháng sa mù nhân gian.
(Nhớ một nhà văn - TDL. - 1965)

Gần trang cuối có bài thơ thấm thía cảnh đời quạnh hiu của tác giả:

Mười năm ở chợ không tri kỷ
Ta dừng thu thân một nỗi buồn
Sáng bảnh mắt ra ngồi độc ẩm
Chiều về tra vấn lấy lương tâm.

Buổi sáng Chủ nhật thức dậy vẫn không mặt trời. Từ lầu 11 nhìn, thành phố Edmonton chìm trong tuyết trắng. Xuống cầu thang, bước qua hành lang đối diện có quán cà phê Ý. Nhấm nháp ly cà phê giờ đọc lại tập thơ "Hát dạo bên trời".

Đến 9 giờ, tôi gọi điện thoại lần nữa cho "anh bạn đời":

- Chào anh - Anh khỏe? Tôi đang uống cà phê trước khách sạn, anh rảnh ghé lấy cuốn thơ. Nhiều chuyện người em ruột của bạn nhờ tôi nhắn. Chuyện dài lắm, không tiện nói qua điện thoại. Anh cố gắng đến. Tôi nghe ở đây có quán phở Pasteur nổi tiếng. Tôi mời anh đi ăn sáng rồi tôi phải về lại Calgary trưa hôm nay.

Im lặng chốc lát, bỗng có tiếng nói giận dữ từ bên kia:

- Anh có phải cán bộ cao cấp Cộng Sản gởi qua không? Anh nói thật cho tôi hay?

Tôi sững sờ nhưng ráng cười trả lời:

- Có lẽ anh hiểu nhầm rồi.

- Người ta đến Canada một mình đã khó, anh đi qua đây lại có thêm vợ đi cùng?

- Khổ quá "anh bạn đời" ơi! Vợ chồng tôi đã đi với nhau nhiều nơi rồi bây giờ mới đến Canada. Ở Việt Nam hiện nay, ai có phương tiện thì đi du lịch thoải mái. Có chi lạ đâu.

Tiếng nói im, rồi giọng chất vấn hỏi tiếp:

- Tiền đâu anh ở trong khách sạn đố?

Chuyện ngớ ngẩn! Tôi trả lời:

- Anh yên tâm. Tiền tôi đi chơi là do tôi làm ra. Anh đến khách sạn bây giờ đi, anh sẽ thấy giá thuê phòng. Mùa này là low season, giá phòng ở đây chỉ bằng giá căn phòng khách sạn tệ nhất ở Paris, nên tôi trả được. Nhà anh ở đường nào?

Tiếng nói to hơn như chưa hả cơn giận :

- Đường một trăm lẽ... Thôi tôi không cần tập thơ đó nữa cũng chẳng muốn nghe em tôi nhắn gửi, anh đem cuốn sách về Việt Nam cho nó. Tôi không muốn gặp Cộng Sản đến tuyên truyền.

- Cám ơn anh.

Điện thoại cắt mạnh phía bên kia. Tôi trả tiền cà phê, cầm tập thơ, trở về thang máy, lên phòng đánh thức vợ dậy để chuẩn bị hành lý.

Những cơn buồn khó chịu thỉnh thoảng chợt đến với mỗi người, nhưng đời sống cứ vẫn trôi đi. Có thể "Anh bạn đời" ghét tôi dù chưa một lần gặp mặt trong đời. Có thể sợ người em ruột của mình hay người Hát dạo gởi gắm tôi, xin vài chục đôla gởi về nước cho? Không! Người em ngày ngày vẫn đi dạy kiếm thêm tiền, vẫn học và đang chuẩn bị thi để lấy học bổng.

Sợ người thi sĩ nghèo kia xin chút tiền!

Điều đó chắc chắn là không. Nhà thơ kia tôi có quen biết. Vẫn sống một cuộc đời khá cơ cực. Ngày ngày vẫn giữ xe nơi chợ Phú Nhuận, có khi bán ve chai, nhưng vẫn ung dung làm thơ trên chiếc xe đạp hàng chục năm này. Giờ anh ta khá hơn, mua được chiếc xe Suzuki cũ cà tàng, vẫn ngồi bán rau muống với vợ trong chợ, vẫn có một góc để làm thơ. Anh ta luôn hiền hòa nhân hậu, vẫn trầm ngâm bên ly cà phê mỗi sáng mai trong sân rộng đường Trần Quốc Thảo, nơi có nhiều văn nghệ sĩ tụ lại mỗi ngày. Giờ này ở quê nhà, tôi như nhìn thấy anh vẫn ngồi chỗ cũ... vẫn trầm ngâm dưới nắng mai, nắng sáng làm long lánh chùm trái của cây dái ngựa, xa hơn một chút là chùm rễ cây si dài đong đưa với gió, buông thả xuống đời.

Tôi nhớ anh ta từng viết *"Thơ ư? Đó là điều thú vị. Nhưng làm sao thơ đến tay người đồng cảm đồng điệu với tôi là nỗi trăn trở khôn cùng..."* hôm nay điều trăn trở của anh đã là sự thật!

Vợ tôi nhìn tập thơ vẫn còn trên tay tôi, bèn hỏi:

- Anh của K. chưa đến lấy sách?

- Thôi quên chuyện này đi. Thật là bệnh hoạn và tội nghiệp!

Qua khung cửa kính nhìn từ lầu cao, thành phố Edmonton đang chìm trong tuyết trắng. Mảng tuyết trắng đọng lại trên những mái nhà vắng lặng. Thỉnh thoảng có vài chiếc xe di chuyển trên phố. Những con đường song song chạy dọc, rồi được cắt ngang như bàn cờ tướng. Đường phố ở đây được gọi tên như ở New York. Những con đường nhỏ song song gọi là Street đánh dấu theo thứ tự 1, 2, 3, 4. Những đường lớn hơn thẳng trục gọi là Avenue.

Nhà "anh bạn đời" có lẽ dưới kia, cách nơi tôi ngụ 3 con đường, chưa đầy 5 phút lái xe, thế mà xa vời vợi. Thiên đường và địa ngục, thiên tài và điên loạn, hạnh phúc và đớn đau, yêu thương và căm thù... Tất cả dường như chỉ cách nhau bởi một biên giới mong manh.

Tất cả mái nhà quanh đây đều phủ vây băng lạnh dưới lớp tuyết dày, duy chỉ có cái vòng cung cong tròn của Edmonton mall không có tuyết, vì bên dưới có hơi ấm sưởi.

Mái cong như trái tim nóng giữa trời băng giá có nghe không lời thầm thì của "người hát dạo" xa:

Chim có tổ mà ta thì phiêu lãng
Dắt nhau đi quờ quạng kiếm thiên đàng
Xin lỗi em cô gái Sài gòn
Đã vì ta mà xa giảng đường thư viện.
...
Vì áo cơm mà em ra chợ
Một hồn buồn giữa cõi rau xanh
                    (Mùa Xuân - TDL)

Tôi lượm theo mấy tờ báo tiếng Việt để ngay cửa ra vào sau khi ăn phở. Báo tiếng Việt ở đây cho không biểu không, đặc biệt trong các tiệm ăn, tại cửa bán hàng tạp hóa.

Trên xe trở về lại Calgary, Long nhìn tập thơ "Hát dạo bên trời", ngạc nhiên hỏi:

- Sao anh chưa giao tập thơ cho người ta?

Tôi kể tóm lược chuyện trao đổi điện thoại giữa tôi và người xa lạ đó. Long lắng nghe, cười lớn:

- Toa ngây ngô lắm. *Cest fou, mais cest vrai ici!* (chuyện điên nhưng có thật ở đây!).

Ngày mai vào sở, moa sẽ xin nghỉ làm 2 ngày thứ Ba và thứ Tư để đi chơi với toa cho đỡ buồn.

Sáng sớm tiếng chuông đánh thức tôi dậy. Tiếng chuông ngân vang, mấy tháng rồi mới nghe lại. Tung chăn, hé cửa phòng . Ông cụ của L . đang thắp nhang, gõ chuông rồi khấn nguyện trước bàn thờ gắn trên bức tường trắng. Cửa hé nhỏ, mùi hương thơm quyện vào. Bên ngoài lạnh 10 độ âm nhưng thấm vào đâu cái rét cóng trong mùi khói hương nồng nặc thời thơ ấu mùa mưa dầm ở Huế.

Cuộc đời ấu thơ của tôi hình như quanh quẩn với những vong hồn người thân yêu đã khuất, trong ngôi nhà xưa với bà nội. Tiếng mõ, tiếng chuông, mùi nhang trầm, ngọn đèn dầu hiu hắt từ lúc rạng sáng, cứ như thế quanh năm, từ khi lũ ve sầu chưa cất tiếng giữa mùa hè, đến mỗi sáng khi mọi người còn im ngủ trong cơn rét mùa đông trong cơn lũ lên xuống hàng năm.

Màn sáo cửa được kéo lên, ông cụ L. mở

cánh cửa sổ. Nắng màu trắng tuyết đi vào nhà. Ong cẩn thận nhắc cây chuối lại gần nắng. Cây chuối xanh cao chỉ 1 mét nhưng quý hiếm xứ này. Khách tới chơi, ông ta khoe và nói nhiều về cây đó như nhắc về một quá khứ. Cả nhà săn sóc nó như đứa con cưng. Nó được trồng từ ngày ông và bà cụ qua ở xứ này.

Hai người già sống quanh quẩn trong ngôi nhà người con. Họ chăm cháu, công việc hàng ngày là đưa đón hai cháu đến trường, chăm sóc ngôi nhà và cây chuối xanh. Chuyện của họ luôn theo một thứ tự: cây chuối, thiền định rồi thẩn thờ nhớ về những kỷ niệm xa tít bên kia đại dương.

Tôi vẫn thích ngao du trên những vùng đất lạ, tìm đến những khu phố có người Việt cư ngụ. Vẫn thường nhặt những tờ báo không tốn tiền, người ta để đó cho thực khách xem sau mỗi bữa ăn trong những nhà hàng. Thỉnh thoảng dừng chân trước một cửa hàng sách người Việt, hỏi xem có cuốn sách nào viết về Việt Nam.

Một ngày trước ngày tôi trở về. Hãng

máy bay Canada phá sản. Họ đổi vé máy bay cho tôi vòng về, phải bay ngược lại phía Alaska (bay ngang qua Edmonton lần nữa), đến Hồng Kông rồi đến phi trường Tân Sơn Nhất. Trong hành lý tôi đem về vẫn có tập thơ "Hát dạo bên trời".

Tập thơ "Hát dạo bên trời" đã đi được hơn một vòng trái đất. Người sĩ quan hải quan xem xét hành lý của tôi, nhân viên kiểm duyệt văn hóa xem chồng sách tôi vừa đem về có thêm tờ lịch Xuân in ở ngoại quốc, vì sắp đến Tết. Tôi đã vi phạm một chuyện cấm. Chuyện mang văn hóa phẩm nước ngoài. Tất cả sách báo đem về đều bị tịch thâu. Tập thơ "Hát dạo bên trời" hiện nay tôi không biết lưu lạc về đâu?! ✔

4

Đôi mắt rắn đỏ
và men rượu đàn bà

Nắng hồng / 60 x 100 cm - Oil painting by DƯƠNG ĐÌNH HÙNG

Tất cả họ là đàn bà, nhìn vào tưởng chừng như những con sâu rượu, tháo chạy đời vào những cơn say, giờ phút này hiện hữu trong những dáng dấp khác nhau trông rất khôi hài.

Buổi trưa Chủ nhật, gần tàn một buổi nhậu. Chị Hai Sương say mềm ngủ trên chiếc bàn ăn, đầu gục xuống giữa vòng tay chéo trước mặt, mái tóc đen buông thả dài phủ đôi vai. Bàn tay phải còn nắm chiếc lưỡi vịt nướng màu huyết, mu bàn tay mập trắng ửng rõ những gân xanh động đậy theo nhịp ngáy. Ghế bên cạnh, Thu đã đến giai đoạn xỉn, lúc cơ thể không còn sức đưa rượu vào miệng ngấm vào huyết quản, nó tựa ngửa người trên chiếc ghế. Da ửng đỏ nhắm mắt, đôi chân mày xanh đậm sụp xuống, chiếc môi dày có xăm nâu sẫm đưa lên cao, muốn nhích lên tới chiếc mũi cao dọc dừa. Thỉnh thoảng miệng động đậy như muốn lẩm bẩm điều gì. Chiếc khuy áo bà ba mở tung lộ hai vành ngực căng tròn nhấp nhô lên xuống theo nhịp thở. Vắng mặt Mai Mập, có thể con nhỏ đi vào phòng ngủ để tìm chỗ nghỉ, còn lại chiếc ghế trống, còn lại túi xách da dưới chân ghế, túi xách cũ mèm ít khi nó chịu rời xa. Đúng là con nhỏ này mập nên không thiếu được giấc ngủ trưa, nhất là sau một cơn say.

Còn lại Tâm, cô ta nâng cao ly bia lên, đong đưa trên những chiếc ly ngã nghiêng, đưa trước mặt tôi, nói ngọng nghịu, không ra lời:

- Vô đi , vô đi...

Nhắm mắt ráng người uống những giọt nước vàng cuối cùng, giữa trạng thái mệt nhoài không còn cảm giác ngon miệng, đôi khi cảm thấy lạc lõng đơn độc trong thế giới ngay tại chính ngôi nhà của mình đang ở. Tâm đứng dậy, bước ra ngoài sân, thân người nó lắc lư chao đảo qua lại? Bâng khuâng nhìn theo nó, nhìn bàn tay xỉn rượu quờ quạng trong không gian như là đang múa, điệu múa cắt lúa trên đồng, rồi bàn tay con nhỏ ngắt luôn cái bông hồng lớn mới hé nở ngoài sân vườn nhà tôi - cài hoa trên mái tóc, nó đi về phía hàng rào dâm bụt, về phía cây mận đang mùa sây trái, nó đi ngang đám chuồn chuồn đang quấn quýt vẽ giữa sân.

Khoảng chục cặp chuồn chuồn quấn chặt vào nhau, lượn qua lại trên những viên gạch hồng rêu phong nguyên cả buổi sáng nay không buồn bay đi nơi khác, hạnh phúc nhờn nhơ trước những đôi mắt của đám đàn bà vui buồn uống rượu - có thể trời sắp có mưa. Những cặp chuồn chuồn lớn bằng ngón tay út màu cánh gián không chịu rời xa nhau, có thể mùa này là mùa giao hợp, mùa yêu đương, mùa dạt dào sóng vỗ. Không nhìn thấy một con nào đơn độc bay lượn trong không gian ấm áp đó. Chúng nó hạnh phúc giữa nắng trưa, chỉ giữa nắng trưa, không cuộn tròn trong bóng râm mát như loài khác. Vỗ cánh liên tục, nghe được âm thanh vui tai vang lớn. Vỗ cánh để đôi lứa vững yên trong không gian, gieo giống tồn tại với đời. Chúng thỉnh thoảng dìu nhau lên xuống như một cặp tình nhân đang nhảy Tango dưới nắng trời.

Chuông điện thoại cầm tay reo lớn. Người đàn bà say mở mắt - tiếng chuông từ máy chị Hai. Chị nhìn con số gọi tới, cằu nhằu tắt máy không buồn trả lời, nhìn quanh căn nhà im tiếng người, rồi ngước nhìn tôi:

- Hạnh, làm gì vậy?
- Xem chuồn chuồn.
- Chuồn chuồn làm gì?
- Chúng nó yêu nhau.
- Đúng là vớ vẩn!

Chị tiếp tục gục đầu xuống cạnh bàn. Chiếc điện thoại lại đè trên lưỡi vịt khô, trên mặt bàn ướt sũng của cơn say, cạnh đó có thêm vài điện thoại cầm tay khác nằm chung trong mớ hỗn độn rau sống, đồ ăn thừa vung vãi. Tôi ngồi đó, không muốn vào phòng ngủ vì sợ tiếng ngáy của con Mai. Không bước ra sân sợ phá tan sự hạnh phúc của đám chuồn chuồn trong mùa giao phối. Chén, dĩa, rau trái cây lẫn lộn trong đám muối ớt còn đó, quanh cái lẩu mắm tắt lửa. Nhà nồng nặc mùi bia rượu, đọng chút hương hoa của bạn bè con gái thời trung học tụ lại, thoảng nghe tiếng vang dội của dòng xe ngoài phố khi cảnh đời vẫn trôi qua.

- Hạnh!

Tôi quay lại, chị Hai nhìn tôi tóc rối bù, nhắm mắt thều thào:

- Em thương chị không?

Gật đầu, cầm lấy hai bàn tay chị lắc mạnh đang choàng qua bàn ăn về phía tôi ngồi. Nhấc tay chị Hai lên cao, khỏi mặt bàn nhầy nhụa thức ăn thừa mứa. Nhìn khuôn mặt chị, nhìn dòng lệ lăn xuống làn da trắng mập của chị, đọng lại trên khóe môi, trên cằm, trên mấy lớp nhăn vòng quanh cổ, đọng ướt chiếc áo trắng mỏng. Chị lại thều thào:

- Thằng cu Thái bỏ đi rồi, mấy tuần rồi không có tin tức.

Nói xong, giựt mạnh đôi bàn tay, cúi gầm che mặt, chị Hai khóc thút thít.

Chuyện thằng cu Thái, con trai một của chị bỏ nhà đi tôi biết rồi, biết trước sau rồi cũng có ngày đó. Thằng bé mới học lớp 10 mà đã đua xe, rồi bán xe, xâm chích đầy người phát ghê. Vợ chồng chị ly dị 5 năm rồi. Ông chồng chị làm to, suốt họp, ăn nhậu bàn chuyện làm ăn, kỵ giỗ đám tang trong thành phố này đâu cũng có mặt, có luôn cô vợ trẻ với một đứa con gái mới chào đời. Xa nhau, ông rời chức vụ, qua thành phố kề cận mở một tiệm karaôkê lớn nhất, nổi tiếng nhất.

- Hạnh cô đơn! Mày có thương chị mày không?

Chị gắt gỏng nói lớn và nhìn tôi trừng trừng. Bước lại sau lưng chị Hai Sương, tôi vuốt và ấn mạnh trên đôi vai để xoa dịu đôi chút, hững hờ nhìn đám chuồn chuồn đùa vui bay lượn ngoài sân.

Cũng lạ, thành phố yên lành thời gian này hình như có khác - đám mày râu bớt nhậu nhẹt nhưng lại lắm người phụ nữ trở chứng mê rượu bia. Lớp học cũ của tôi là một thí dụ, giờ đây còn lại không còn đủ một phần tư. Xưa là con gái, giờ là những người đàn bà có chút ít sợi tóc bạc ló dạng. Họ, những bạn gái nhỏ, cố tìm đến với nhau mỗi ngày, để phụ họa uống bia, uống đế... lê la nhiều hàng quán nói chuyện gì đâu! Họ là những người khá nổi tiếng quen mặt trong vùng này - giàu sang, chức tước, địa vị - chỉ khi ngồi nhậu là thiếu bóng đàn ông. Họ nhậu chán, lại kéo về nhà tôi, vì căn nhà cô đơn không chồng con, sống trong vùng vắng vẻ, vì tôi là bạn cũ thời con gái.

Như có một cơn dịch trong thành phố, đám đàn bà trong chợ cũng uống, trong nhà máy chế biến thực phẩm kia sau giờ làm việc ghé quán cốc bên đường trước mặt cũng có bia có rượu, chưa kể đám con gái đi làm xa, lâu lâu họ về thăm nhà. Đám này khi uống thì tưởng chừng không biết say! Uống trong cảnh đời nhiều bàn cãi "giá trị thật của con người là gì?".

Tôi thu dọn ba vỏ thùng bia, cái chai rượu Cognac lăn ra bậc cầu thang, bình rượu đế ngã nghiêng trống trơn... rồi ráng lê mình, rớt xuống chiếc giường gỗ, ngủ say trong cơn mộng mị ngày cuối tuần.

Bóng chiều ảm đạm phủ kín ngôi nhà ngói xưa. Choàng tỉnh giấc có âm thanh vang lại từ nhà bếp. Có thể là chị Tám, người giúp việc đã quay về nhà đang rửa chén bát. Sáng nay chị xin về thăm nhà. Mùi hương, mùi thơm thoang thoảng của cây nhang trên bàn thờ giữa nhà - có thể chị Tám đã dọn dẹp chiến trường đổ nát sau một buổi nhậu, đốt nhang, lên đèn dùm tôi trước bàn thờ ba mẹ... Người tôi như bay bổng, cánh tay chị Hai Sương chuyển mình đang say ngủ, gác ngang trên ngực tôi. Thấp thoáng ký ức thanh xuân vụt hiện về. Tôi vuốt cánh tay đó, cánh tay của hơn 20 năm về trước dẫn dắt hai đứa tôi vào đời, một đời sống có qúa nhiều nỗi đau ghê gớm khác trong những cánh rừng bát ngát hùng vĩ vào lứa tuổi nữ sinh non nớt. Ngày kỷ niệm đi với con Minh Tóc Dài. Trong đám bạn cũ quanh đây, chị Hai là lớn nhất, hơn tôi mấy tuổi, vào đời sớm.

Một buổi tối cũng từ căn nhà xưa cũ này, tôi và con Minh theo chị ra ngoại ô, băng vào cánh rừng trên những con đường mòn, qua những con suối lạnh, giữa đám muỗi rượt đuổi theo sau, những con vắt bám đôi chân nhỏ trắng thanh xuân, dưới làn mưa đạn bao vây, trong thung lũng đầy sương khói lạnh người. Thuở chị Hai mang lớp da ngâm đen mạnh khỏe đâu có xanh trắng yếu ớt như bây giờ. Cánh tay hướng dẫn dìu tôi trong con

Say 1 / 100 x 100 cm - Oil painting by DƯƠNG ĐÌNH HÙNG

58 . DƯƠNG ĐÌNH HÙNG

đường lầy lội đêm mưa. Cánh tay hùng dũng bắn máy bay không biết mỏi. Bàn tay khâu những vết toác dài máu đẫm trên áo, xoa dịu vết đau đắng cay và đơn độc trên người tôi.

Một kỷ niệm còn nhớ lại khó quên là ghét thậm tệ cái đám lính Mỹ ngồi trên những đoàn xe ném kẹo, những hộp bánh trên vành nón lá tôi và bạn gái, cái hôm tan trường trên đại lộ Hoàng Hôn. Chúng nó cười, reo vui chờ đợi đám nữ sinh cúi xuống nhặt kẹo, nhặt những hộp bằng thiếc đen dơ bẩn... Tôi ghét căm, nhìn cái nón lá mới bị móp méo, rồi cắn răng tức tối nhỏ lệ... nhìn đám lính reo hò cười cợt - thời gian sau tôi theo chị Hai vào bưng giữa những con người xa lạ nhưng dễ thương nhau, đùm bọc nhau trong cái gian khổ khó kể hết.

Đôi tay này đã săn sóc tôi gần một năm đầu tiên trong khu rừng âm u đó, khi tôi bị lên cơn sốt rét rừng. Mê sảng - nóng - lạnh - run cầm cập. Ngón tay chị nhét vào mồm những viên màu trắng màu đỏ, đôi môi kể nhiều chuyện lạ, động viên tôi trong chuyển động ầm vang tiếng bom dội. Không còn sức nhớ cha, nhớ mẹ, nhớ anh chị - tôi là gái út cưng. Có hôm hai đứa, con Minh và tôi, ôm nhau khóc trong căn chòi nhỏ đêm vắng mưa bao trùm bốn phía...

Một đêm mưa rừng đầu tháng Sáu, địch càn quét ném bom dữ dội mặt trận Snoul. Được lệnh, mọi người còn đủ sức là phải đi tránh xa, di tản vào sâu trong biên giới, vì những hầm trú ẩn chỉ còn đủ chỗ cho những con người không đi lại được, bệnh hoạn nặng như tôi.

Đêm kinh hoàng một đời người. Bên dưới căn hầm là vũng nước mưa nhầy nhụa trơn trợt. Tôi được đưa xuống hầm kèm theo một ngọn đèn pin, rồi nằm bất động trơ trọi trên chiếc poncho bên dưới là bùn đen. Trong bóng tối vây quanh, tôi còn cảm nhận chút nước bên dưới tràn qua lớp vải dầu thấm ướt làn da trắng xanh thiếu máu - tôi còn nhìn thấy hai chớp xanh sáng lóng lánh di động trong bóng đêm, cách bàn chân trái phía trên khoảng hai gang tay. Đốm xanh lóe sáng lại di động lên xuống như chờ đón tôi, như hai con đom đóm nhỏ lớn bằng hạt đậu, nó chiếu lạnh lòng bàn chân, chảy luồn vào trong huyết quản. Tôi ráng sức tàn để co đôi chân lại - nhưng không thể được - chỉ còn đủ hơi sức ở ngón tay bấm chiếu ngọn đèn pin về hướng đó. Cái đầu và một phần thân con rắn ló ra nhìn về tôi - nó nhúc nhích phát ghê. Cái lưỡi thụt vào lót ra, thân màu xanh mù mờ trên lớp vảy vân đen. Đôi mắt nó bật ra tia lửa rực đỏ ma quái. Ánh đèn màu vàng lóe lên, làm đầu con rắn thụt vào trong hang. Tôi tắt đèn, nó lại ló cái đầu ra, phát ra ánh xanh, rồi ánh đỏ khủng khiếp - tôi lại phải chiếu đèn, có chút sáng vàng - đầu rắn tạm thụt vào. Một cảm giác lạnh hoảng sợ kéo dài từ đôi bàn chân lan tận sau đốt sống, lên tới đỉnh đầu tưởng chừng không dứt.

Cuộc chiến chỉ giữa ánh sáng vàng và đôi mắt đỏ tử thần kéo dài. Bom đạn, đối mặt cái sống cái chết hiểm nguy bên trên chưa một lần làm tôi sợ hãi, mà sao chuyện đêm đó khi gợi nhớ làm tôi ghê sợ đến hôm nay? Bom vẫn nổ trên cao, hình như không xa căn hầm. Đất đá rơi lả tã xuống chỗ tôi nằm, như những cú đấm vào thân thể tôi. Bom nổ lớp bùn đong đưa thân xác và cái poncho nhăn nhúm. Chuyện đó đâu có nhằm gì! Căn hầm cũng rung động mạnh theo tiếng bom, muốn hất tôi khỏi tấm vãi dầu, nước tràn theo vào đẫm ướt áo quần... khi con rắn ma quái kia đang soi mói tôi cuối căn hầm.

Không chợp mắt được suốt đêm - lịm và ngủ thiếp lúc nào không hay biết... Tỉnh giấc, mặt trời chính ngọ, nắng đang sưởi ấm người tôi. Mặt trận bom đạn yên tĩnh trở lại. Rồi đồng đội đưa tôi lên cao, khỏi vũng nước tăm tối, khỏi đôi mắt rắn đỏ, cho tôi hít khí trời trong xanh, sưởi nắng và biết mình còn tồn tại.

Sau cuộc chiến với đôi mắt rắn đỏ, bỗng dưng tôi lành bệnh và chị Hai Sương lại trở lại với tôi trong cùng đại đội. Cánh tay chị lại dìu tôi qua những cánh đồng máu nhầy nhụa xác chết người. Có ngày vào những sóc vắng người và thú. Những ngôi nhà hoang tàn và đổ nát - những đồng lúa chín vàng - những hoa trái đơm bông nở trái tươi tốt trong không gian thiếu người sống lưu cùng.

Theo những lối mòn băng rừng vượt

suối. Bàn tay chị Hai một lần chỉ dạy tôi cách vượt một con sông khi con nước dâng ngập tràn chảy xiết "Khi em vấp ngã té sông, hãy nắm chặt sợi dây dù đó - Dù nó nhỏ mỏng manh nhưng rất hữu ích...".

Có một lần vượt qua sông Slon mùa nước lũ khi đang đi tải gạo. Con sông mùa nắng thì khô hạn đôi khi còn lại một dòng suối nhỏ, dễ dàng đạp xe qua sông. Đến tháng mưa dầm, nước dâng cao cuốn phủ ngập cả hai bên bờ. Những cây cầu dã chiến là những cây lớn đốn ngã, bắc ngang đan qua sông để di chuyển. Bên trên không có tay vịn. Nước lớn dâng cao, cao khỏi chiếc cầu dã chiến bắc ngang. Muốn qua sông, một sợi dây được cột chặt ở hai bên bờ. Hôm mưa lụt đó, để qua cầu bàn chân tôi lê bước dần theo khúc cây trơn trợt, tay cầm sợi dây dù trên cao làm điểm tựa. Bỗng dưng tôi dẫm trên khối tròn nhầy láng, bên xuống hình như có hai điểm sáng đỏ của con rắn hôm nào nhìn lên. Hét to, rơi xuống dòng nước cuốn, bao gạo trên vai đổ xuống dòng nước lũ vàng cuộn chảy. Đôi mắt rắn đỏ sáng vẫn đăm đăm nhìn tôi, nghe được tiếng chị Hai thầm thì - "Hảy nắm lấy sơi dây..." trong giây phút hốt hoảng đó, tôi đã túm được sợi dây nhỏ rơi xuống gần cạnh. Nước lạnh khủng khiếp, con nước cuốn trôi... Rồi sau đó đồng đội cứu tôi lên bờ. Cái chết dường như quên lãng.

Máu - mồ hôi - nước mắt - sống chết - lửa đạn - thương yêu - hận thù - gia đình - Tổ quốc chất chứa đầy một thời con gái. Thời gian ngày đó qua mau. Gát bàn tay chị Hai qua một bên, gượng ngồi dậy, đến trước chiếc gương soi, chải lại mái tóc rối bù soi lại đời mình. Một ngày Chủ nhật qua không kịp ra đầu đường tém gọn mái tóc bù xù phát khiếp. Văng vẳng tiếng chị Hai lại thều thào:

- Hạnh có thương chị không?...

Trong phòng ngủ tôi, con Mai Mập đang ngủ say, áo cánh mở tung hớ hênh trên chiếc nệm. Có thể nó nóng do men rượu mang đến. Đối diện là phòng chị Tư, hoạt cảnh tương tự, Tâm còn say mềm thở phì phò, nằm sấp ngủ trong tư thế một chân còn dưới đất, mái tóc dài phủ xuống tận lớp gạch bông, chiếc chân kia còn mang chiếc giày đen gát trên chiếu bông, sát bàn chân là cạnh bức ảnh gia đình chị Tư gởi về nằm lăn lóc.

Tôi để bức hình ngay ngắn lại trên đầu giường. Nhìn kỹ khuôn mặt chị Tư, hơn 20 năm rồi chưa gặp nhau được, đang sống một cuộc đời khác. Tuần tới lần đầu tiên chị bên Mỹ sẽ về thăm nhà, gợi nhớ bao nhiêu điều cần tâm sự.

Chị Tám đang rửa chén chỉ cho tôi Thu còn ngon giấc trong phòng. Tất cả những người đàn bà say còn say ngủ, bên ngoài cảnh đời vẫn trôi qua. Tia chớp sáng trên cao, trời vần vũ, cơn mưa đêm tới, cơn mưa lớn như cơn mưa của 20 năm trước hôm tôi quay về gia đình lúc chiến tranh chấm dứt. Một chiến tranh ầm ĩ khác ngay trong ngôi nhà này, chiến tranh giữa các anh em cha mẹ, cái nhìn cái suy nghĩ... May mà nó đang nhạt nhòa đi theo năm tháng.

Những người đàn bà thích uống rượu hội tụ trên nhà hàng "Đồi Sim", họ mở tiệc đón chị Tư trở về thăm nhà. Chị Tư tôi và chị Hai Sương cùng học chung lớp trong trường nữ sinh, trên đám tụi tôi 3 lớp. Chọn nhà hàng "Đồi Sim" vì dù sao từ chỗ ăn nhậu này còn thấy mái ngói đỏ ngôi trường cũ, trên đỉnh đồi trước mặt, sau hàng cây phượng vĩ, sau táng cây dầu cao. Chị Tư trông còn trẻ hơn cả tôi dù đã có 3 con vì làn da trắng. Chị ở cái tiểu bang Washington nhiều gió lạnh Bắc Mỹ kề cạnh Canada, vì có thể không uống rượu bia, vì cái đầu giản đơn có được trong người chị.

Họ cũng ăn rồi uống, uống đến mấy chai rượu chát đỏ, rồi no say kể lại cho nhau nghe về cái ngôi trường xa lắc đó nằm trên đỉnh đồi đối diện. Chị Tư chỉ công viên trước mặt giờ có trồng thêm cà phê, mấy chục gốc tiêu xanh:

- Đi đâu cũng nhớ cái công viên này. Thời đó còn bé, tuần nào cũng cắm trại vui quá. Thời gian qua mau, mới đó đã gần 30 năm.

Mọi người im lặng nhìn công viên mang ký ức, dấu ấn của một thời chưa phai nhạt riêng của tất cả học sinh trung học tỉnh này. Mây trắng bay trên cao. Xưa con đường lớn trước mặt, học sinh quen gọi là đại lộ Hoàng Hôn. Đại lộ nhiều bi thảm, nhiều đau thương chạy dài theo con dốc đến tận cuối thành phố cũng có cái tên là dốc Chân Trời Tím. Chị Hai Sương buột miệng:

- Ngồi đây lại nhớ con Ngang. Con bé đẹp, hát hay, chết tội nghiệp!

Chuyện chị Ngang chết ở đây trong thành phố nhiều người biết, khuấy động ký ức một thời. Thuở thành phố trong cơn lửa đạn. Bom đạn, pháo kích không chừa một chỗ nào trong thành phố này cả. Chết, tang tóc đến mỗi ngày.

Cái tháng hè, hoa phượng nở hai bên đại lộ Hoàng hôn là lúc chết chóc nhiều cực điểm. Màu hoa đỏ trên cao, máu vung vãi khắp bên dưới ở mọi đường lộ góc vườn, máu chìm sâu vào lòng đất. Bom đạn nhiều đến mức, mọi người thành phố này chỉ còn một nơi trú ẩn độc nhất ở là nơi cuối Chân Trời Tím đó, vào trốn núp trong ngôi nhà thờ Vinh Sơn kia, trước sân có tượng Chúa cao, đôi tay như che chở ban phúc cho người đời. Dưới nóc nhà thờ mùa hè đó chỉ còn đủ chỗ cho người

Thiếu nữ / 65 x 65 cm - *Oil painting by DƯƠNG ĐÌNH HÙNG*

68 . DƯƠNG ĐÌNH HÙNG

sống không muốn chết, cái sống mong manh cho hàng ngàn em bé, cụ già, họ đang khóc la tránh đạn bom... Sân nhà thờ chỉ dành nơi để cho trăm xác chết chất kín không còn lối đi, những con người bị thương nặng chẳng có ai cứu chữa nằm chung nhìn trời xanh thẫm huyên náo tiếng bom rền... Máu đỏ chảy một góc sân.

Chị Ngang nằm ngoài sân máu đỏ đó - đôi chân đã gãy - máu chảy từ bụng, từ đầu, thoi thóp thở - nhiều người hoàn cảnh giống chị Ngang. Những xác người dường như quên lãng.

Khi tạm hết bom đạn, người ta cho xe cẩu lớn, xúc xác người lên chiếc xe, đem chôn hết tất cả xác người trong cái hố gần trường trung học của tỉnh, trên cái dốc trước mặt, hố có trên mấy trăm thân người, có người đã chết và người sắp chết. Tôi nhắm mắt hồi tưởng chuyện như còn mới đó!

Lớp học của các chị còn thê thảm hơn lớp học của tôi, kiếm mỏi mắt chỉ còn vài người còn sống. Gió cuộc chiến đưa những người kia về đâu? Về những chân trời không tìm thấy. Người bạn vắng mặt vì những điều nghiệt ngã không biết - chết không lời tạm biệt.

Chị Tư chỉ con đường nhỏ trước nhà hàng:

- Mấy em biết không, mấy ngày sau khi Ngang chết là đến phiên con Mỹ Lệ đang ngủ bị pháo kích. Con đó học giỏi nhất lớp. Đám tang phải tổ chức cùng ngày đó trong bom đạn, chỉ có vài tấm gỗ thu vén được đóng lại làm quan tài. Có 3 cô bạn thương nó quá nên theo sau đưa tiễn đến tận nơi chôn cất. Chưa kịp chôn, pháo lại rơi trúng ngay miệng huyệt, nơi đang chuẩn bị an táng. Riêng lớp học có thêm ba cô bạn chết chung nhau. Cái huyệt rộng ra nhờ bom rơi, mồ lại lớn thêm vì có 4 người con gái nằm chung. Thời máu lửa và tử sinh!

Chị Tư ngồi im lặng nhìn con đường, nhìn bóng đêm đen, nhìn mọi người ngồi quanh:

- Cô Khiêm lúc này thế nào rồi?

Chị Hai Sương lắc đầu thất vọng:

- Vẫn thế, vẫn điên điên khùng khùng

hết thuốc chữa!

- Cô Khiêm điên từ ngày lớp cô có 4 học trò mình đều chết trong cùng ngày.

Từ hôm đó, cô giáo dạy môn Vạn Vật điên nặng. Điên, nghe tiếng nổ, tiếng máy xe tải, tiếng động lớn... là cô chạy trốn, trốn chui nhủi xuống hố bên đường, nằm xuống đất đá bịt tai lại... Giờ vẫn còn điên trong thành phố. Mai Mập nâng ly rượu chát, màu đỏ lấp lánh trong ly pha lê, lắc nhẹ cục đá trong, phá tan bầu không khí buồn:

- Mới đó đã có người đi, người ở, người còn, người dại, người say! Chúng ta cùng nâng ly chúc mừng gặp chị Tư.

Con nhỏ uống hết phần cuối ly rượu đỏ, lấy túi xách cũ để ghế bên cạnh, mở dây kéo, lục tìm vật gì không hiểu. Nó cầm nhiều phong bì lên, dọ dẫm tìm kiếm, nhìn trong phong bì mỉm cười, rồi lắc đầu trong trạng thái ngà ngà:

- Tìm cái thư có người bạn nhờ gởi cho chị Tư, lạc đâu mất.

Nó lại nghêu ngao hát bài hát cũ mèm của đám nữ sinh:

"Nơi quê tôi... Bao năm qua súng nổ ngày ngày...

Nơi quê tôi, đất bụi mùa khô .

Ô! Đất bụi mùa khô, bao tháng năm dài...

Kìa công viên xưa đã in kỷ niệm

Mà giờ đây cỏ trụi cây khô

Những gì tôi thương đã dâng hiến chiến tranh rồi...".

Con bé hát, giọng yếu ớt không còn ấm áp, thanh thót như xưa nữa, chỉ nghe mùi nhừa nhựa của rượu, của cơn say. Mấy giọt rượu rơi từ khóe miệng làm ướt đỏ một mảng chiếc áo thun trắng.

Mặt trời đỏ không còn chiếu sáng sau nóc nhà thờ Vinh Sơn, đám mây vàng ửng rõ Thập tự giá nơi phía Chân Trời Tím của thành phố ảm đạm khi bóng tối về, có tượng chúa Kitô nhìn lên đồi sim tím, có ngôi mộ chung của những người đã chết và sắp hết sống nay đã tan thành bụi.

Những người đàn bà đã rã rời mệt mõi trông thật buồn cười. Họ uống say chuếnh choáng trong rã mục đời người, trong cái đầu hình như đã rỗng tuếch, trong ánh mắt không còn long lanh, tái hiện chút đỏ của màu rượu chát trong ánh mắt và chết mòn trên bàn rượu.

Thứ Bảy, trưa cuối hè, những người đàn bà đó lại gặp nhau trong quán sân vườn của bà cán bộ từng làm Trưởng ban Thanh tra, giờ đây bà ta mở quán nhậu. Họ ngồi dưới tàng cây vú sữa. Tiếng ve sầu không còn vang dội đều đặn hối thúc như hôm đầu mùa. Khúc nhạc giờ đây ngắn ngủi trơ trọi buồn chán vì có cơn mưa buổi sáng, vì sắp cuối hè.

Món nhậu đặc biệt trên bàn là món "Bánh chè". Món thịt nhậu ngọt đến tận cổ của con vật nhìn khá dơ bẩn, phát chán là con heo. Con vật chỉ biết ăn, ăn đến ngày to béo người ta đem đi làm thịt. Khói trắng nhẹ tỏa lên từ bếp lò. Miếng thịt đỏ được thái mỏng đặt trên đó cùng với rau muống nướng, đậu bắp nướng. Miếng thịt ngọt từ phần thịt khá độc đáo trên phần thịt mập ú của con heo. Miếng thịt lớn bằng cái dĩa, uốn tròn như cái đồi sim ở trường trung học, hình dáng như cái bánh Phú Sĩ Sơn. Đôi đũa của con Mai trãi đều thịt trên bếp lửa. Mai nhìn mọi người, rồi kéo cái túi da lên, đặt trên bàn nhậu:

- Hôm nay ta lại phải đi thay cái dây kéo. Thật là mất thì giờ.

- Cái túi này mày ném vào xó rác là vừa, trông nó cũ và dơ bẩn khó coi làm sao! - Chị Hai cười trả lời.

Mai Mập cười, xoa nhẹ trên lớp da của túi xách đã tróc vảy, nhấc túi lên xuống nhiều lần, túi trông khi nào cũng nặng nề như thân hình con Mai Mập, nó tủm tỉm cười:

- Trông vậy, nó hên lắm, hên hơn chục năm rồi đó các bạn hiền.

Nói xong, nó kéo dây kéo mở toạch ra, nhặt ra mấy phong bì chưa kịp xé, đưa cao lên:

- Sáng nay ta đã có 4 phong bì, khỏe đời! Không đi thay dây kéo thì cũng được đến tám chín.

Con nhỏ mập lại nhét phong bì vào túi, đóng dây kéo, cười thoải mái vô tư. Tôi biết rành rọt về nó, về cái túi xách khôi hài đó. Con Mai Mập, chức vụ khá cao, vui tính, bặt thiệp, làm được nhiều thứ linh tinh trong đời cho mọi người. Chuyện gì khó nhất trong

thành phố này là phải nhờ đến nó giúp. Mai
chịu khó đi đến tới tận nhà nhận giấy tờ của
người ta. Sau khi mọi chuyện trót lọt, nó giao
đến nhà, rất nghiêm túc đúng giờ giấc giao
ước. Cái túi xách cũ khi đó luôn trong tư thế
được mở tung, mở rộng dây kéo. Mọi người
hiểu ý, cứ thế bỏ vào trong túi cũ. Từ từ, Mai
đóng dây kéo lại, trở về. Nó thường tâm sự
với bạn bè, khi nào mình cầm tiền hoặc vàng
mới có tội tham nhũng quả tang. Còn người
ta tốt bụng, bỏ gì vào túi của mình, thì mình
cứ đóng lại. Giỏ xách thì quá cũ, kéo dây kéo
miết, nhiều lần trong ngày thì phải mòn mỏi,
phải đi thay. Một năm thay dây kéo mới vài
lần là thường tình. Miễn trong đời đừng cầm
tay, không thì người ta chụp hình, người ta
cho mặc áo có sọc vằn vằn giống con ngựa
trong sở thú. Áo sọc vằn vằn nó không thích
mặc trên người, nó thích áo lụa Hà Đông mát
hơn. Mai gắp cho tôi miếng thịt đỏ, chị cười
phát ghét:

    - Hôm nay tao vô mánh. Đúng là thằng
bé khá thông minh.

    - Chuyện ra sao?

- Sáng nay tao tới nhận công chuyện khá khó khăn cho bà Ba nơi cuối dốc Chân Trời Tím. Tao nhận giấy tờ, mở túi xách đợi. Bà Ba lại nhét cây thuốc Ba Số 5 vào túi - Tao lấy ra vì chật chội vô duyên - vì không hút thuốc, vì mình là đàn bà, vì chẳng có gì quý giá. Thấy mặt mình không vui, thằng ranh còn hỏi sửa, con bà Ba buột miệng nói "Cô không thích 3 Số đầu, cô chỉ thích 4 Số". Mẹ nó hiểu ý, đi vào nhà. Trở lại bỏ vào túi xách một miếng 4 số lớn bằng miếng thịt thái mỏng của bánh chè, bằng hai ngón tay. Đúng trời sinh, thằng bé cực kỳ thông minh!

Mọi người cúi đầu ăn bánh chè ngon miệng, cười vui vì chuyện Bốn Số của con Mai. Thuở chiến tranh ai ai cũng ngẩng đầu nhìn đạn bom để chống đỡ, chiến đấu... Thuở nay, vì nhiều chuyện đời, vì tiền, vì lắm đổi thay nên phải gật đầu, phải cặm cụi ăn uống, tránh nhìn đôi mắt rắn đỏ ma quái. Mọi người uống say gục đầu trên bàn ngon giấc, những con số đời lẩn quẩn trong tâm trí người.

Những người đàn bà thích uống rượu

tụ lại khi bóng tối đã phủ vây, thành phố vào cơn ngủ. Lệnh chị Hai Sương ban ra trong điện thoại cầm tay. Đám đàn bà có mặt - tôi là người chỉ biết uống chút chút cũng phải đến, như cái bầu tâm sự mọi người có dịp đổ vào. Con Tâm, con Thu... trông ngà ngà hình như đã nhậu ở nơi đâu, nghe lệnh triệu tập phải có mặt. Quán nhậu của ông A Sáng trên đầu dốc đại lộ Hoàng Hôn. Giờ tối khuya này chỉ còn quán ông ta còn mở cửa. Lửa bập bùng trên cái chảo, dầu mỡ sôi sùng sục. Lửa đỏ soi sáng một góc phố. Chị Hai Sương ôm vai tôi thút thít:

- Thằng Cu bị bắt trên thành phố rồi. Họ mới điện cho tôi hay - nó chung với đám bạn 8 đứa phi sì cọt, mua bán chất trắng. Khổ quá Hạnh ơi!

Tôi chỉ biết quàng tay qua đôi vai chị Hai, biết làm gì trước những cảnh đời nhan nhản khắp nhiều nơi. Lửa vẫn cháy bùng khi A Sáng làm mì xào dòn, khi chiên dồi trường... Cái lão người Quảng Đông này nấu món ăn gì cũng nóng, nóng phát khiếp. Những người đàn bà im lặng, họ nhìn lửa cháy uống rượu

Say 2 / 100 x 120 cm - *Oil painting by DƯƠNG ĐÌNH HÙNG*

78 . DƯƠNG ĐÌNH HÙNG

cầm chừng. Tôi dùng một ly nước mát - nước mát của người Quảng Đông bán khắp nơi, sau những món ăn nóng khủng khiếp. Tiếng chị Hai lại thều thào kể lể:

- Tao buồn quá! Thằng cu Thái nó không chịu nghe lời khuyên của ai cả. Nó hư không chịu nổi!

Chuyện buồn - đớn đau - khổ nạn - đời người ai cũng gặp nhiều lần. Đầu óc đám trẻ giờ khác xa với thế hệ đi trước. Cũng cái tuổi nhỏ dại khờ, đám đàn bà ngồi đây đầu óc chứa nhiều lý tưởng - khát vọng. Phải, cái tuổi đó tôi và con Mai tóc dài theo chị Hai Sương vào trong rừng. Hai đứa nhỏ miệng còn hôi sữa, trắng trong có lúc ôm nhau khóc trong đêm mưa rừng - khi con vắt bám đầy chân. Mùa khô hạn, những con ve bám cắn trên thân người ngứa ngáy khó chịu, nhưng thấm vào đâu những con mò, nhỏ li ti làm sưng tấy, ngứa đau suốt tuần. Khi băng rừng, đám kiến đỏ bám đầy trên đôi ống quần - bám kín, rồi khi rơi xuống thân kiến no tròn chẳng khác nào con mắt rắn... Xưa ra đi từ đại lộ Hoàng Hôn, ngày trở về trong không khí bình minh rạng rỡ - những đầu óc trai trẻ như Cu Thái đang bị nhuộm đầy điều khó lý giải - đầu óc bằng những con số no tròn, những dại khờ ham muốn, những điều cần thiết mà người lớn ít có thì giờ quan tâm dẫn giải... Ôi con ve, con vắt, con mò... Ngồi yên nhớ lại chuyện cũ, buồn.

Buổi ban mai đau buồn có thể không bao giờ quên trong một đời. Chiến trận 1973 trong khu rừng rậm, tôi đang ngồi đánh máy tờ công lệnh. Con bạn thân đi chung với tôi là Minh Tóc Dài phụ trách gác điện thoại trong căn hầm không xa lắm. Con nhỏ thường đi hái trái bứa, trái gù về cho tôi ăn. Mùi trái gù thì không chê vào đâu được (thế mà hơn 20 năm rồi chưa một lần được ăn lại). Để mấy trái gù trên bàn, con Minh bảo:

- Biếu mày hai trái, tao hai trái. Sáng nay tao không dám hái nhiều, có lệnh báo máy bay oanh kích trưa nay.

Hắn để hai trái gù trên bàn, rồi bước đi về hầm. Một trái gù lăn xuống đất. Tôi lò mò cúi xuống nhặt, nó óng ánh màu vàng nhạt, tròn, nhỏ nắm gọn trong bàn tay tôi, chảy nước miếng vì cái mùi thơm. Ngay lúc đó tôi nghe tiếng la thảng thốt của con Minh:

- Máy bay tới, máy bay...

Tôi phóng người bay xuống căn hầm cạnh chiếc bàn. Một tiếng nổ lớn, lớn đến độ chưa bao giờ nghe trong đời. Căn hầm đong đưa, tôi choáng váng muốn ngất lịm. Tôi ráng thở, ráng hít chút không khí ngột ngạt trong căn hầm tối. Một lát sau, hết nghe tiếng máy bay, tôi bò khỏi miệng hầm để hít thở. Hoang tàn đổ nát của một khu rừng trước mặt - cái bàn đánh máy chữ của tôi cũng bay mất. Nắng chiếu xuống thân người tôi lõa lồ tơi tả, áo quần rách nát rướm máu do chấn động tiếng bom rơi - tơi tả những thân cây ngã gục chung quanh, tay tôi còn nắm chặt trái gù.

Tôi nhớ đến con Minh, ráng lê người về phía căn hầm của nó. Tôi tìm thấy nó ngã quỵ cách đó không xa - một thân cây từ đâu bay tới đè trên đôi chân nó - lá trung quân lợp chòi, căn nhà nhỏ rơi xuống che phủ một phần thân người Minh. Vực đầu nó dậy, vén mái tóc đen dài sền sệt máu đông, mảnh bom lớn bằng bàn tay cắn đứt một phần cổ, một mảng da đầu thòi ra lớp sọ trắng đỏ, máu lan một khoảng rộng trên cỏ xanh.

Minh Tóc Dài đã ra đi khi đôi mắt còn mở rộng nhìn trời. Tôi vuốt nhẹ trên vành mi Minh, tôi đặt trái gù trong lòng bàn tay nó rồi nhặt những ngọn lá trung quân phủ lại khuôn mặt người bạn trẻ. Tuổi đời của Minh Tóc Dài lúc ấy bằng tuổi thằng cu Thái bây giờ. Tôi uống ly nước mát Quảng Đông, nhìn thành phố đêm trên dốc đại lộ Hoàng Hôn và thoáng nhớ mùi hương rừng cũ có người bạn nằm xuống như mới ra đi hôm nào.

Những người đàn bà thích uống rượu lại ngồi với nhau, chiều hôm cuối tuần, ngày con Thu đi công tác ở nước ngoài mới trở về. Thành phố lên đời, tưng bừng rộn rã khắp nơi ăn nhậu. Đường phố mọc đầy quán lan sâu trong các hẻm tăm tối nhất. Thời buổi chữ nghĩa khó tiếm ra tiền, nhiều nghề kiếm tiền dễ hơn, mở nhà hàng là dễ dàng, không cần bằng cấp học vị. Từ những người nghệ sĩ nổi tiếng nhất, nhạc sĩ, ca sĩ cải lương lẫn tân nhạc, ngôi sao đủ loại... đua nhau mở quán. Bán chữ không ai đọc nên nhà sách cũng biến thành nhà hàng. Tuần nào cũng có khai trương quán nhậu. Tính ra cả trăm quán nhậu, may lắm mới có một tiệm sách báo.

Họ chọn nhà hàng Hương Quê để gặp nhau, cách xa thành phố gần 10 cây số. Nhà hàng là những ngôi nhà gỗ mọc trên hồ bao kín là sen trắng nở, liễu rũ xanh chớm nở bông hoa đỏ hai bên bờ... Quán của một quan chức khá nổi tiếng. Chỉ mấy ngày sau khi ông về hưu là ông ta xây dựng ngay một dinh cơ đồ sộ như thế này, khác xa với căn nhà khiêm tốn đạm bạc nhiều người nể phục trước đó ông ta từng cư ngụ.

Chị Hai Sương vẫn là người chủ trì như mọi hôm, ngồi cạnh chiếc túi da cũ của Mai Mập vẫn chứa đầy phong bì không có ghi địa chỉ. Thu xa nhà mấy tháng nên món ăn nó thèm là những món hấp hèm. Cá lưỡi trâu hấp hèm với bầu xanh, nghêu hấp hèm với sả, cá chìa vôi hấp hèm với môn tím... Nuôi heo có hèm nấu rượu, giờ hèm được nấu để người ăn mới thú vị. Con Thu mở bao nylon trắng lấy một chai rượu khác lạ tôi chưa từng thấy, trân trọng giới thiệu:

- Đây là chai rượu quý, tôi mua trong Duty Free giá đến 1.300 đôla đem về đãi các bạn hiền.

Mọi người trố mắt nhìn, những bàn tay đàn bà vuốt nhẹ trên vỏ pha lê trong suốt. Tâm chăm chú đọc hàng chữ in nổi giữa vỏ chai:

- Louis XXIII - Rượu mang tên vua nước Pháp nên mắc tiền là phải.

Tôi vuốt vỏ chai hình quả trứng, ở cạnh nổi lên gồ ghề như vảy da con rắn độc. Cổ chai bọc mạ vàng, nắp cũng vậy. Nút đậy là một vương miện bằng pha lê, giống nón bà Nữ Hoàng nước Anh. Thêm bốn dấu ấn vương miện khác được khắc công phu trên vỏ chai viền bằng một vòng tròn nhỏ. Nội chuyện cái chai không cũng đắt giá vì làm bằng tay người thợ thủy tinh, không sản xuất hàng loạt từ máy móc. Ngay giữa thân chai cũng vậy, cái vòng nhỏ ửng đỏ màu rượu long lanh phản chiếu, nhìn vào tôi cảm thấy sợ hãi, thấp thoáng đôi mắt rắn đỏ hôm nào!

Sợi dây chỉ vàng được kéo ra, mở đầu khai tiệc của một chai rượu quý. Rượu thơm được rót cho từng người, nâng lên nói lời chúc tụng. Mùi rượu có hương thơm lạ. Sen nở rộ dưới hồ, mặt nước in dấu đám mây xanh trên cao. Mặt trời đã lặn, tôi nghe tiếng chim bay về tổ, đám dơi trên ngọn cây cao chuẩn bị đi săn tối, có đàn muỗi bay vo ve ghé thăm tiệc rượu đàn bà. Có tiếng chạy qua cầu đi vào căn chòi đang nhấp rượu. Tiếng đẩy cửa mạnh vào, người đàn bà bộ áo bà ba đen tuyền, thân mập nặng nề, búi tóc bạc trắng, xông vào, cánh tay chỉ vào Tâm la lớn:

- Mày là đồ hư đốn! Trời ơi là trời! Tại sao tôi lại có đứa con như thế này? Khổ tôi quá!...

Mọi người bàng hoàng ngưng ăn nhậu. Đúng là bà mẹ của Tâm. Chẳng ai hiểu chuyện gì? Chị Hai đứng dậy, đến cạnh mẹ Tâm vỗ về:

- Chuyện gì vậy dì Tám?

- Ai đời!... Ngày nào con nhỏ này cũng đi chơi đến gần nửa đêm, ai mà chịu đời cho thấu! Đàn bà con gái gì thời buổi này thật là kỳ cục!

Tâm cúi gầm mặt, nhìn ly rượu, nhìn

miếng cá hấp hèm sôi sùng sục trong chảo đặt trên bếp lửa hồng. Dì Tám nhìn con gái, đánh mạnh bàn tay trên trên bàn nhậu, giọng nói càng to, ào ào vang khắp sân vườn:

- Mày cứ di miết, bỏ con dại, bỏ chồng ở nhà một mình. Lại để chồng nấu cơm cho con ăn, dạy con học, dọn dẹp nhàcửa... Mấy xem có đặng không? Ôi đàn bà rượu chè be bét không biết mắc cỡ à!? Vùng đất này giờ đây quá loạn!

Dì Tám nhìn mọi người lắc đầu, vòng tay nói nhỏ từ từ:

- Chắc tụi đàn bà ở đây định bàn chuyện đổi vợ - đổi chồng - đổi nhau chơi, đổi vợ đổi chồng đổi xoành xoạch như thay áo của mấy bà bắt chước kiểu Tây, kiểu Đức, kiểu Nga... ngoài kia. Chẳng còn đạo lý! Giống mấy vợ chồng trẻ mới dọn tới đầu phố, thói văn minh mới một năm vài chồng! Khó coi lắm!... Khó coi lắm!...

Dì Tám càng la, càng chửi rủa to tiếng - than trời than đất! Có nhiều bóng người đang nhậu gần đó ló mặt nhìn, lắng nghe. Kệ mặc người lai vãng, dì cứ tiếp tục la to "Làm gì con già này!?...", rồi dì hùng hổ bỏ đi. Mất một khoảng thời gian khá dài không ai dám đi vào can thiệp.

Có tiếng xe gắn máy gầm lớn ngoài ngõ. Thằng lái xe ôm chở dì Tám về phố.

Thằng bồi giờ đây mới ló đầu ra, bàn tay phân bua:

- Em thấy bà này từ hồi trưa đến giờ, thập thò nơi cổng như rập rình ai đó. Em thấy bà già quá nên không chú ý, nghĩ là bả không đi đánh ghen như mấy cô trẻ.

Con Tâm giờ mới lên tiếng phân trần:

- Thỉnh thoảng bà già cứ hỏi tao nhiều chuyện như tao đã có chồng bé. Thời nay một chồng đã chán chê, thêm chồng cho càng khổ nạn à!?

Chị Hai Sương cười giải thích:

- Mẹ mày đi bắt ghen dùm chàng rể, thiệt là chán, già rồi cũng bày trò ghen tuông! Thôi xong rồi, bọn mình nâng ly mừng thiên niên kỷ sắp tới.

Những người đàn bà lại sát kế uống rượu thâu đêm, buông xuôi đời. Thức ăn thừa mứa bể bộn trên bàn. Nhấm nháp ly rượu - vị đắng của chai rượu đắt giá bằng gía sản góp nhặt của một đời người. Có ngọn lá âm thầm rơi rụng bên kia hồ, có nỗi đau tê dại đối diện với viễn quang rã mục trước mắt, có cơn mưa đêm đến mang thêm những ký ức cuộc chiến mới qua đi giờ đây lại vực dậy.

Trong bóng tối, mặt nước lấp lánh ánh đỏ phản chiếu của ngọn đèn trên cao, như đôi mắt rắn đỏ ngày nào một thời còn nhớ. ✓

5.
Định mệnh trong ngôi nhà xưa

Cõi xưa */ 80 x 100 cm - Oil painting by DƯƠNG ĐÌNH HÙNG*

Cơn bão chấm dứt lúc giữa đêm, dòng nước lũ rút dần ra biển Đông. Buổi sáng mặt trời ló dạng giữa đám mây đen, ngôi nhà mở mắt đón chào nắng mai, tiếp nhận những làn sáng ấm, xuyên qua những song cửa bàn khoa. Mấy ngày qua, đời sống, đời người, đất trời rung động mạnh khi bão tới là chuyện thường niên vùng đất này.

Ngôi nhà nghe tiếng chim réo gọi ríu rít trên cao, trên tàng cây mận cây mít sau vườn. Bầy chim trốn mưa lũ trong nhà, dưới mái ngói rêu phong vụt bay ra ngoài kiếm bầu bạn líu lo. Ngôi nhà ấm lên đôi chút, tận hưởng làn hương trầm bốc lên quyện giữa tiếng chuông ngân thanh thoát. Ngôi nhà lắng nghe được tiếng khấn vái của chủ nhân, mặc chiếc áo dài đen, nghi lễ thường lệ mỗi ngày khi thắp nhang trước bàn thờ. Đêm nay, đôi mắt ông nhắm nghiền, người đứng thẳng với gương mặt căng thẳng, thành tâm, lo lắng:

- Cầu trời đất, Bồ tát phù hộ cho hai mẹ con được tai qua nạn khỏi. Cầu thằng Cu khỏe mạnh, vuông tròn.

Bàn tay ông cầm tách trà nóng, nét mặt lo âu, ngước lên nhìn lỗ hổng mấy viên ngói bay đi, lẩm bẩm "Thằng Cu, thằng Cu...". Ngay chính ngôi nhà cũng lạ lẫm khi nghe nhắc đến tên thằng Cu trong gia đình này.

Gần hai thế kỷ qua, ngôi nhà là chỗ trú nắng che mưa cho dòng họ này, chuyện gì nhà chẳng nghe, nhà chẳng thấy. Chuyện trên núi, bên kia sông, ngoài chợ, chuyện khổ nạn chiến tranh, đói khổ họ bàn tán... từ ngày xa xưa, ngày đầu tiên ông Tổ, ông Sơ, ông Cố... đến lập nghiệp, cho đến đời này.

Chuyện thường lệ nhất là sau một cơn lũ, bốn người tớ gái, vợ ông chủ cùng hai cô con gái, họ đã thức dậy sẵn sàng bắt đầu công việc là tập trung chùi rửa sàn nhà, bùn đất bám đầy phần dưới thân mình ngôi nhà. Ông chủ trong chiếc quần cụt, mình trần, miệng la hét đôn đốc chỉ huy công việc dọn dẹp. Hạ thấp tủ sách xuống, khiêng gạo thóc trên sàn rầm thượng xuống, sắp xếp bàn thờ gia tộc... Mặc họ hối hã, căn nhà khoan khoái tận hưởng giây phút hạnh phúc, dịp được người tắm gội, chăm sóc lau sạch, sạch lớp bùn vàng tanh hôi trong làng nước lũ, khiến nó bực dọc nhiều ngày qua. Bên ngoài con nước ngấp nghé gang tay so với mặt đường nhựa, nghe vọng động tiếng nói cười của đám người lội nước lũ, tiếng bánh xe cọt kẹt của người phu kéo, kéo cho xong hết một kiếp người.

Cơn bão làm ngôi nhà đớn đau, làm lớp da đầu bên phải bị tróc đi một lớp, mấy chục viên ngói liệt phủ phía bên trên, tung tóe, bay rơi rớt xuống sân, khi bụi tre bổ nhào, đầu tre vắt ngang trên nóc, đè mạnh đẩy ngôi nhà muốn ngạt thở. Ba mươi sáu chân cột của nhà tê dại phình to vì ngậm nước lũ, nước dâng cao tràn vượt qua chân táng. Rã rời, đớn đau lạnh buốt dìu ngôi nhà chìm trong giấc ngủ mê mệt.

Nhà choàng tỉnh giấc, nghe tiếng quát tháo bên dưới, bên mâm cơm bốc khói:

- Tụi bây thấy ông chủ đi đâu không? Cơm trưa không chịu ăn!?

Đám gia nhân sợ hãi, có tiếng đáp lí nhí:

- Con thấy ông đi nhanh ra cổng, qua cầu Phú Cam khi bà đang ở trong bếp. Con không biết đi mô?

Giận dữ bực dọc, bà khoát tay cho đám tớ gái rút xuống nhà dưới. Bỏ đôi guốc gỗ nằm chênh vênh dưới sàn gạch, vén ống quần, leo lên bộ ván dày, kéo rổ trầu cau, mấy ngón tay bà gọn gàng túm miếng cau, kẹp lá trầu đưa vào miệng giữa hai hàm răng đen bóng. Bà thở dài bên mâm cơm, nhìn ra sông phía trước nhà bị che chắn một một phần do cái bình phong ngăn cách lẩm bẩm:

- Đi theo con đĩ nào nữa rồi!... Cái tật không chừa! Mấy năm trước theo con ả đào xứ Nghệ, may là Trời bắt nó ở ngoài đó.

Nhai xong miếng cau, nhổ toẹt chất nước đỏ sệnh sệch vào trong cái vố bằng đồng óng ánh, đôi tay bà cuốn tròn điếu thuốc vấn kèn dài, hít một hơi, những vòng khói thuốc cuộn lờ mờ, nối tiếp bốc lên cao.

"Bong... bong...", bà ngước nhìn giận dữ cái đồng hồ lên tiếng báo giờ. Đồng hồ trong chiếc thùng gỗ to bằng cái tủ xưa đựng áo quần kê sát tường, món đồ cưới của ông chủ nhà băng tặng hai người. Bà mệt mỏi, nằm ngửa trên chiếc ghế dài tràng kỷ, mặc cho tóc rối bời tỏa trên bờ vai, lộ đôi bàn chân thon trắng giữa hai ống quần, tay mân mê chiếc kiền quanh cổ. Bất động vài phút, bà tựa khuỷu ngồi dậy la to:

- Tụi bây đâu cả, lên đây tao bảo!

Có tiếng "dạ", tiếng bước chân vội vã chạy lên nhà chính, lắng nghe mệnh lệnh:

- Quá hai giờ trưa, ông già chưa chịu về ăn cơm. Hôm nay là ngày Chủ nhật, đâu có đi làm. Tụi bây chia nhau, một đứa qua phố, một đứa vô thành, một đứa xuống chợ... tìm ông chủ về cho tao nhanh lên!

Đám hầu hạ chạy nhanh ra cổng. Tiếng sóng cơn nước lũ vang động một góc đường, hòa lẫn tiếng người vớt củi trên sông, tiếng người la hét khi con cá gáy phóng cao lên trời mỗi lần mắc bẫy, bay trên chiếc lưới như thiên la địa võng trãi rộng, gần khuất kín một dòng sông. Mặc thế sự trôi nổi, dòng sông thẳng mơ hồ, đa điệu khi thời tiết đổi thay. Lửa cháy bập bùng trên những con đò con neo sát tường rào, có chiếc chui đậu trong vườn dưới táng cây già.

Huyên náo những con đò từ giã dòng sông xuôi ngược trên những con phố đông người tránh dòng nước cuộn. Không gian xanh tím, nhà chìm trong giấc ngủ không yên khi mặt trời chìm sớm trong đám mây xanh đen phủ vây.

Tiếng chuông vọng lớn hơn mọi ngày đánh thức ngôi nhà. Bên dưới, ông chủ đang châm thêm chút dầu ngọn đèn leo lét trên bàn Phật. Thắp gần mười cây nhang cho gần mười bài vị, bài vị những con người khuất bóng nhưng vẫn còn hiển hiện đâu đây. Có bài vị tên ông Tổ, chuyện ngàn năm trước làm Thứ sử Châu Hoan bị chính quyền đô hộ nhà Đường cho tru di ba họ. Mùi hương trầm làm ngôi nhà khoan khoái dễ chịu, nhưng vẫn nhức đầu do cây tre đang gát trên mình chưa ai chịu kéo xuống. Gió lạnh rét buốt mùa đông trùm vây tứ phía. Bước chân nhẹ trên đôi guốc của bà chủ, trên lớp gạch chùi bóng, sát bên ông nhỏ nhẹ:

- Ông ăn cơm tối đi kẻo nguội lạnh.

Không tiếng trả lời. Ông ta quay người bước đến cái sập gụ, bỏ mùng xuống, chui vào, kéo chiếc chăn phủ kín đầu, thêm tiếng nhát gừng không vui:

- Tôi không đói, bà dẹp cơm đi.

Người vợ bó gối, một lát đổi thế ngồi chéo chân cạnh giường cằng nhằng:

- Trưa bỏ cơm, tối cũng vậy! Ông lại đeo đuổi con Lan dưới chợ Hôm phải không?

Bàn tay bà kéo mạnh, giật chiếc mền len đang phủ kín đầu ông.

- Để tôi ngủ, mai còn đi làm sớm.

Đôi bàn tay ông giữ lại, co rúm người bất động dưới tấm chăn bông vàng nhạt, vân đỏ nâu, như lớp da con hổ thu mình yên giấc.

Tiếng khóc thút thít nấc lên, bà bước gần bên bàn thờ, khấn lầm bầm nhiều tiếng không nghe rõ. Tiếng guốc lướt nhẹ xuống nhà dưới, bà trở về phòng ngủ với hai con gái. Đêm yên lặng. Bóng tối hắt hiu trong tiếng cựa mình không ngủ của ông chủ, thao thức cùng tiếng rền vang, bản đại hợp tấu ếch nhái không dứt bốn phương bủa vây.

Ngôi nhà tủm tỉm cười - im lặng để nhớ đời, nhớ những con người bên dưới qua mau ngắn ngủi - chuyện tình hôm nay có thật rồi! Ông Cố nội gần giống như câu chuyện nó nghe hôm nay, cũng là đêm kinh hoàng in đậm trong lòng. Cái thuở ngôi nhà còn một gian hai chái, tre lá phủ đầy người đâu có ngói gạch như hôm nay. Thời đen tối hoảng loạn bên kia dòng sông lính Tây chiếm phá kinh thành, ngọn lửa cao ngất trong mảng thành quách rêu phong, là lúc ông Cố có cô bồ. Mọi chuyện ngổn ngang rối bùng lên, đêm nóng khô hừng hực, khi cơn gió nồm thổi vào. Cuối cùng bà Cố nội cũng dung thứ để ông cố có thêm cô vợ cho vui nhà, vui cửa.

Chuyện tình cô Lan, ngôi nhà đã nghe ít nhất gần hai năm rồi. Thỉnh thoảng họ có to tiếng lẫn nhau - họ gây gỗ nhau nhưng không dám cho con cái, kể cã người làm hay biết. Có lần bà chủ khuyên ông:

- Sao ông lại đeo đuổi đứa con Lan tuổi bằng con gái mình? Không sợ xóm giềng chê cười? Đứa con gái gì thiếu ăn học... Vân vân và... vì cô Lan bán quán gần cơ quan làm việc, nên ông chẳng bao giờ về nhà ăn trưa? Tại sao thái độ, khuôn mặt ông lúc này sao cứ là lạ?

Ngôi nhà ngái ngủ nhớ lại, bên ngoài khi

bóng đêm bao trùm thêm những cây đuốc lô nhỏ sáng dọc ven sông mùa nước lụt.

Vài tuần sau khi những viên ngói được lợp đầy ngay ngắn, cây tre bổ nhào được hạ xuống, những chân cột được lau sạch... nhà thờ nhẹ nhõm, mừng vui. Buổi chiều tối, tiếng chuông vang lên, ông chủ thắp nhang xong, trầm ngâm ăn tối chung với ba mẹ con. Bữa ăn kết thúc nhanh, ông lên tiếng:

- Tụi con dọn dẹp mâm cơm để ba mẹ có chuyện cần bàn.

Khi chỉ còn hai người, ông nhìn bà giọng giận dữ:

- Bà làm gì mà xuống tận chợ Hôm quậy phá, tìm con Lan? Tôi không thích chuyện này bà làm rùm beng.

- Ai nói cho ông biết?

- Mẹ cô Lan kể cho tôi và nhiều người khác nữa.

Nét mặt tức tối, bà chủ rít lên:

- Người ta đồn đại, ông giấu con Lan ở chợ Sam, ngày mai tôi và bà Trợ sẽ cùng đi tìm tiếp. Khi nào tìm ra, bà sẽ xé xác con quỷ ra trăm mảnh - chuyện này không yên đâu!

Nói xong bà chủ vò đầu, đôi bàn chân dậm mạnh xuống nền gạch, khóc, rống to, nghe phát khiếp.

Ngôi nhà chịu đựng lắng nghe, đầu óc như điên tiết, muốn bịt lỗ tai lại. Bên trên mái ngói như rung động theo tiếng nấc từ dưới. Ông bước ra vườn không vui, đi đi lại lại chục vòng quanh cái vườn rộng thênh thang, quanh chiếc ao ngập lá lục bình. Đến ngồi bên hòn non giả, đôi mắt trân trân nhìn chòm cây bồ để soi bóng nước, rồi lặng lẽ vào giường ngủ. Tờ mờ sáng, ông rón rén ra khỏi nhà khi tiếng gà mới cất tiếng gáy. Ông không quên im lặng thắp nhang, không động chuông, không uống trà, không đánh răng rửa mặt như mọi ngày.

Rạng mai, khi dọn trà lên, vén chiếc mùng lên không có bóng người, bà la toáng lên:

- Có đứa nào biết ông đi mô?

Đám hầu gái lắc đầu, chẳng biết mô tê. Bên ngoài nghe tiếng hàng gánh réo gọi, những bước chân nhanh trên chiếc đòn tre, tựa trên chiếc vai, song song với đường đời không dứt. Vạt áo dài trước sau của người

Cổng 1 / 120 x 80 cm - Oil painting by DƯƠNG ĐÌNH HÙNG

100 . DƯƠNG ĐÌNH HÙNG

hàng gánh, phất phơ, gắng sức cố bám quanh một thân người.

Ngày kế tiếp, ngôi nhà được chứng kiến bộ chỉ huy mấy Mệ họp - từ bà Trợ, bà Phán, bà Tuần... trong không gian huyên náo, thời khắc ông chủ đã rời khỏi nhà đến sở làm. Những người tớ gái theo đuôi hầu mấy bà, mang theo những đẩy trầu thuốc, những túi trầu cau thuốc lá. Những đẩy thuốc đủ màu xinh xắn, sắc đỏ xanh vàng trông vui mắt. Họ tụ quanh sập gụ, cạnh chái nhà phòng học con gái lớn.

Huệ Phương xếp cuốn sách lắng nghe chuyện người bàn về cha nó. Tiếng tranh luận lao xao về con Lan, tiếng nhai trầu, chiếc lưỡi hồng đỏ thè ra ngoài, liếm nhẹ trên miếng giấy quyến trắng mỏng, ngón tay nhẹ nhàng cuốn vòng điếu thuốc Cẩm Lệ. Khói thuốc mịt mờ bay, bay theo làn gió, phụ họa theo nhịp phe phẩy từ cánh quạt mây to bằng chiếc nón lá, theo nhịp cánh tay qua lại cô hầu gái đứng sau cột gỗ tròn. Những điếu thuốc gần tàn được các bà dán trên cột nhà. Chân ngôi nhà mọc thêm lớp vãy mới có hơi hám mùi vị khác nhau. Nhiều câu hỏi tranh cãi nêu ra trong nỗi nghi vấn không dứt:

- Tôi biết con nhỏ Lan đã nghỉ làm trong quán ăn với mẹ nó gần 4 tháng nay, giờ đây không biết ở chỗ nào?

- Nghe đâu có đi khám bệnh nơi Thầy Viên nhiều lần để bốc thuốc. Có thể nó có bầu?

- Người ta nói ông nhà lúc này ít khi ăn cơm quán mẹ con nhỏ. Có người thấy ông dưới chợ Nọ, khi thì chợ Mai, có khi qua làng Sình...

- Cái ông nhà bô trai, tiếng Tây, đàn địch thơ phú giỏi nên khối con nhỏ theo!

- Con Bông nhà tôi, tuần trước về quê, trông thấy ông nhà đi xe kéo vô làng Sình. Hay ngày mai bà thử xuống đó xem thế nào?

Những cánh tay mềm mại đưa lên xuống quanh bình nước trà ướp hương Ngâu thơm ngát. Họ uống từng ngụm, khóe miệng, môi đỏ dìm trong chén nhỏ có màu xanh ngọc.

- Sáng ngày mai, bà sẽ xuống làng Sình, bà sẽ xé xác con yêu tinh đó!

Nói xong bà vỗ mạnh trên chiếc chiếu hoa làm chén trà nghiêng đổ.

Cơm chiều dọn lên, có trái cà dê nướng trộn nước mắm gừng, cá nục kho xếp thẳng hàng trong cái dĩa, tô canh cải xanh bốc khói, cơm trắng xới trong cái bát. Những đôi đũa mun đặt trước dĩa nhỏ. Ông chủ ăn chưa hết một bát cơm, bỏ đũa, nét mặt không vui, im lìm bước ra sân nhìn sương chiều loang loáng trên cao. Cảnh vật phủ đầy sương, tím dần bủa vây tứ phía. Ông đứng cạnh bể cạn, đôi mắt như cố tìm con cá vàng trốn chạy bóng đêm.

Huệ Phương, con gái đầu bước nhẹ cạnh cha thỏ thẻ bên tai "Con nghe mẹ sáng mai đi làng Sình". Ông giựt thót người, nhìn vào đôi mắt con gái, vỗ vai con:

- Cám ơn con! Hình như nhà này chỉ có con mới hiểu ba, đồng minh với ba.

Vào nhà thay bộ đồ ngủ, lên giường nằm nhưng lòng không yên, ông rảo bước ra sân ngắm nhìn con Kỳ Lân cẩn trên bức bình phong. Quay người, ông đi nhanh khỏi cổng, dạo bộ theo con đường nhỏ ven sông, nhìn ngắm những rễ cây si buông lơi trên mặt nước yên, hàng tre hai bên sông cuộn mình như muốn xích lại gần nhau, tạo nên vòm xanh soi bóng nước. Dừng lại trên cầu, quay lại nhìn ngôi nhà, ẩn hiện mái ngói rêu phong có đôi Long chầu nguyệt, ứng nỗi đêm trăng mười tám. Không xa là bến Trâu, giờ cũng im lìm chẳng còn con trâu nào tắm gội, chỉ còn loang loáng ánh trăng đêm trãi dài cô độc.

Trong tầm ngắm của ngôi nhà xưa, khi vắng bóng người qua lại, ông vội đi nhanh qua cầu, mất hút vào ngõ hẹp có mái nhà tranh ông Mẹo kéo xe. Một lát sau, bóng ông rảo nhanh về nhà, một đêm tối trằn trọc khó ngủ, trăng sáng xuyên qua khe cửa bàng khoa dừng lại.

Mặt trời mọc lên giữa rặng cau, nắng mai chênh chênh đi qua khung cửa, đến những khoảng hẹp trên cao, ẩn hiện rõ những hoa văn chạm trổ tinh vi đầu cột, liên ba. Những vân hoa lá biến hình thành rồng, thành phụng chạm nổi ở đòn tay. Nắng dừng lại nơi bàn thờ, qua những khoảng trống chạm lộng công phu của một đời người sáng tạo. Bàn thờ không có tiếng chuông vang lên, mùi hương trầm mỗi sáng dâng lễ, chỉ nghe tiếng rên la quằn quại trong chiếc mền phủ kín người ông chủ, bàn tay ông luồn ra khỏi mền, nắm bàn tay con gái giọng thều thào:

- Con vào sở xin phép ba nghỉ vài ngày, đau quá không chịu nổi, chắc phải đi nhà thương. Ghé nhà thầy Lang, nhờ thầy cố gắng đến nhà chẩn bệnh cho ba.

Bà chủ ngồi cạnh chồng lo sợ, vén chiếc mền xoa dầu tràm dưới lòng chân ông cho nóng lên, nghĩ đến vào nhà thương nhộn nhịp đông người cũng đã phát rét lạnh người kinh sợ.

Một ngày ghi nhận, ông không chịu ăn bất cứ món ăn gì mặc cho vợ ngồi không yên bên cạnh. Thầy Lang xem mạch, bốc thuốc. Thuốc mua về nấu trên lò, mùi cam thảo tỏa khắp nhà. Ông khăng khăng không chịu uống thuốc, trùm chặt thân người. Bạn bè lối xóm ghé thăm, ông chẳng buồn trả lời.

Đến chạng vạng, người kéo xe đến nhà, vào xin phép để đưa ông vào nhà thương. Ông Mẹo ngồi khá lâu bên cạnh giường, đôi bàn tay mò mẫm trên chiếc mền trông tội nghiệp. Nhằm lúc chỉ còn hai người, ông Mẹo thì thầm sát tai:

- Mọi chuyện con lo xong hết rồi! Con chuyển cô và thằng Cu xuống đò cho an toàn.

Nói xong ông Mẹo biến mất khỏi nhà, tiếng rên rỉ nhỏ dần, ông chủ ngồi dậy ăn bát cháu đậu xanh vì suốt ngày chưa có gì trong bao tử. Bà vợ lặng nhìn, bước nhẹ đến thắp nhang, vái Phật, cầu an giữa ánh đèn leo lét, chút trầm hương bốc tỏa từ chiếc lư đồng cổ, món đồ xưa.

Ngôi nhà từng là chứng nhân những hoạt cảnh bên dưới gần cả chục thế hệ qua. Tiếng ngáy cơn ngủ say của ông chủ, riêng nhà vẫn thao thức không yên. Thế hệ từng đời người qua đi, ngôi nhà vẫn còn tồn tại mặc cho thế sự thăng trầm nghiêng ngửa. Nỗi đau của con người có thể xoa dịu từ chính con người hỗ trợ giúp đỡ cho nhau, từ lời cầu xin khấn nguyện, từ thời gian làm cho phôi pha... Nhưng nỗi đớn đau của ngôi nhà hiếm người hay biết. Mười cái chân cột nhà giữa đã bị mối mọt đục khoét từng giờ làm nó đau điên tiết, nhất là sau những cơn lũ. Mưa lũ giúp cho đám sâu bọ gậm nhấm tứ chi ngũ tạng rã rời...

Đôi khi, ngôi nhà muốn hét to cho mọi người hay, muốn cầu xin ông Tổ 18 đời dòng họ này lắng nghe để giúp đỡ. Ông Tổ có bài vị nằm ở đây vẫn câm lặng không lời - ông đến đây ngót mấy trăm năm từ cái thời vua Lê niên hiệu Hồng Đức, thời ông được Vua ban là Kiến Oai Tướng Công, theo Vua vào xây dựng phương Nam. Khi đó nhà chỉ một gian hai chái, nhà của vị tướng thanh liêm nho nhã. Nhà được sửa sang dựng xây đích thực từ đời thứ 12, thời ông Sơ là đội trưởng Nội Trực Vệ bỏ công làm nên suốt 5 năm ròng để phình to thành ba gian hai chái, làm thêm bộ bát bửu có 8 món binh khí dựng đứng..., cái thời chung quanh vùng này là cánh ruộng chập chùng, ít bóng người, ngôi trường Pháp tự Quốc học trường còn là trại hải quân, mấy đời người trong gia tộc này phải đến đó học biết chữ - rồi căn nhà tồn tại nhìn đời người qua đi. Chủ nhân ngủ ngon, ngôi nhà còn đau nhức âm ỉ!

Đông sắp tàn, xuân sẽ đến, nhà nhà đều rộn ràng chuẩn bị mọi thứ đón năm mới. Những người đàn bà môi đỏ cau trầu hôm nào đến tụ họp trên chiếc sập gụ, bàn tán inh ỏi. Bà chủ giận dữ, thóa mạ, chửi bới không từ nào thiếu:

- Đúng là con đĩ ngựa hớp hồn! Trời ơi là trời! Nó vừa đẻ một đứa con trai! Ông ta giấu nhẹm mẹ con tụi nó dưới đò!

- Trời đất thương tôi nên tôi biết được tụi nó rồi.

- Hôm qua tôi xuống đò, mấy chị biết không, đám lái đò đánh hơi được, tụi nó chèo đò chở con quỷ Lan qua tuốt bên bến Cồn. Chiếc đò này ông nhà thuê ở dưới bến đò Bao Vinh của mụ Béo...

- Tôi thề sẽ bẩm thầy hai mẹ con ác ôn con đĩ!

Bà ta lại khóc lớn, nhảy xuống sập đấm tay bình bịch vào thân cột nhà, cái đầu gõ nhịp theo vào... Trông khủng khiếp.

Cái cột rung rinh muốn tuột khỏi chân táng - bà ta khóc lớn, ngôi nhà muốn ngất xĩu do cái chân bị mối mọt lâu ngày nên cũng muốn đứt lìa xa. Cái đòn tay lắc lư. Miếng lam chạm lộng hình con dơi biểu trưng hạnh phúc đời người, gắn nơi giao tiếp liên ba và cột nhà rung động liên hồi, chịu không xiết nên bứt mộng, rơi mạnh xuống đất làm mọi người hoảng hồn, choàng tỉnh. Giây phút chợt yên lặng bên trong nhà.

Bà Trợ đến quàng vai bà chủ, nhẹ nhàng khuyên lơn:

- Thôi, em bớt giận! Giận quá làm gì cho khổ thân mình. Em phải tìm kế sách khác, không thiên hạ cười chết. Vã lại ông nhà cũng chưa có trai nối giỏi tông đường. Thằng nhỏ dù sao cũng lỡ mang giọt máu của ông nhà.

Nhiều bà nêu lên những ý kiến khác nhau. Đôi mắt bà chủ long lanh, hàm răng nghiến chặt, bỏ mặc mọi người, đi nhanh ra cổng kéo theo người tớ gái. Không biết họ đi về phương nào!

Họ đành tan hàng, riêng ngôi nhà rên siết đớn đau vì cái chân què quặt chẳng ai đoái hoài. Thời ông Nội, có trùng tu sửa chữa ba cột chính, riêng cái cột mối mọt gậm nhấm đau khổ này, vẫn còn xưa cổ sắp đến ngày tiêu tán. Nhà 36 chân cột, đè nặng mấy khối gỗ, thêm mái ngói liệt trên cao, nối nhau liên kết bằng mộng và mộng. Bền vững, chắc chắn như con rùa bám dính vào đất đá khó có cái gì lật ngửa được. Cơn bão năm Thìn dữ dằn, leo đến gần nóc nhà, chưa làm ngôi nhà cuốn trôi hoặc bổ nhào, cùng lắm sụp đổ một phần mái ngói. Nhà thay cột thay kèo dễ dàng như thay món đồ chơi, nhẹ nhàng nâng nhà lên, rồi gắn thay chiếc cột khác vào. Chỉ có con người có quyền hủy diệt và tàn phá nó, nhưng người muốn thay đổi vợ thì khá long đong.

Xế trưa, có tiếng lao xao ngoài bến sông trước nhà. Bà chủ hùng hổ đi vào cổng, có thêm tiếng khóc thét của em bé được ẵm trong đôi tay người tớ gái, thêm ba thằng con trai bảo vệ bám theo. Bà nghỉ mệt, lau giọt mồ hôi nhễ nhại ướt chiếc áo. Miệng nhai trầu trong nét mặt đắc thắng, giọng nói đắc thắng: "Cho mày biết tay bà!" lẫn tiếng khóc của thằng bé dội từ nhà sau.

Một khoảng thời gian ngắn, lao xao một con đò ghé bến, có tiếng than khóc người đàn bà trẻ ngay vòm cổng trước, tiếng ồn ào của xóm giềng ngoài bến sông. Lệnh của bà chủ ban ra:

- Chỉ cho phép con nhỏ vào đây một

mình rồi khóa cổng lại, nghe chưa!?

Có tiếng "dạ" đáp trả.

Người đàn bà trẻ xanh xao gầy guộc, đầu tóc rối tung trên bộ áo quần nhầu nát dính thêm chút bùn đất, vật vã tan thương, chạy ùa vào nhà, sụp lạy bà khóc lóc. Bà chủ ngồi trên sập gụ, lạnh lùng phì phào điếu thuốc chẳng thèm ngó xuống, không buồn lắng nghe lời kể lể van nài bên dưới:

- Bà thương con, mở lòng từ bi tha tội cho con. Lỗi không phải mình con, tại vì ông cứ đeo đuổi con lâu lắm, bà đâu có biết! Con lỡ dại xiêu lòng. Trời ơi con tôi đâu rồi?! Tội nghiệp con tôi! Tiếng nấc, tiếng van lơn thống thiết:

- Chỉ có Trời mới chứng dám lòng con. Con đâu có muốn, bà đâu có hiểu. Hơn nữa năm nay con có bầu con trốn làng mà đi. Gia đình cha mẹ anh em họ hàng đều từ bỏ. Con bỏ làng , bỏ chợ, đi phá thai ba bốn bận nhưng không được, mấy thầy bảo là do cái thai quá lớn. Bà ơi, con định phá xong là trốn qua Lào, không dám nhìn ai hết! Bà mở lòng thương con...

Mặc cho tiếng than khóc cầu xin, nét

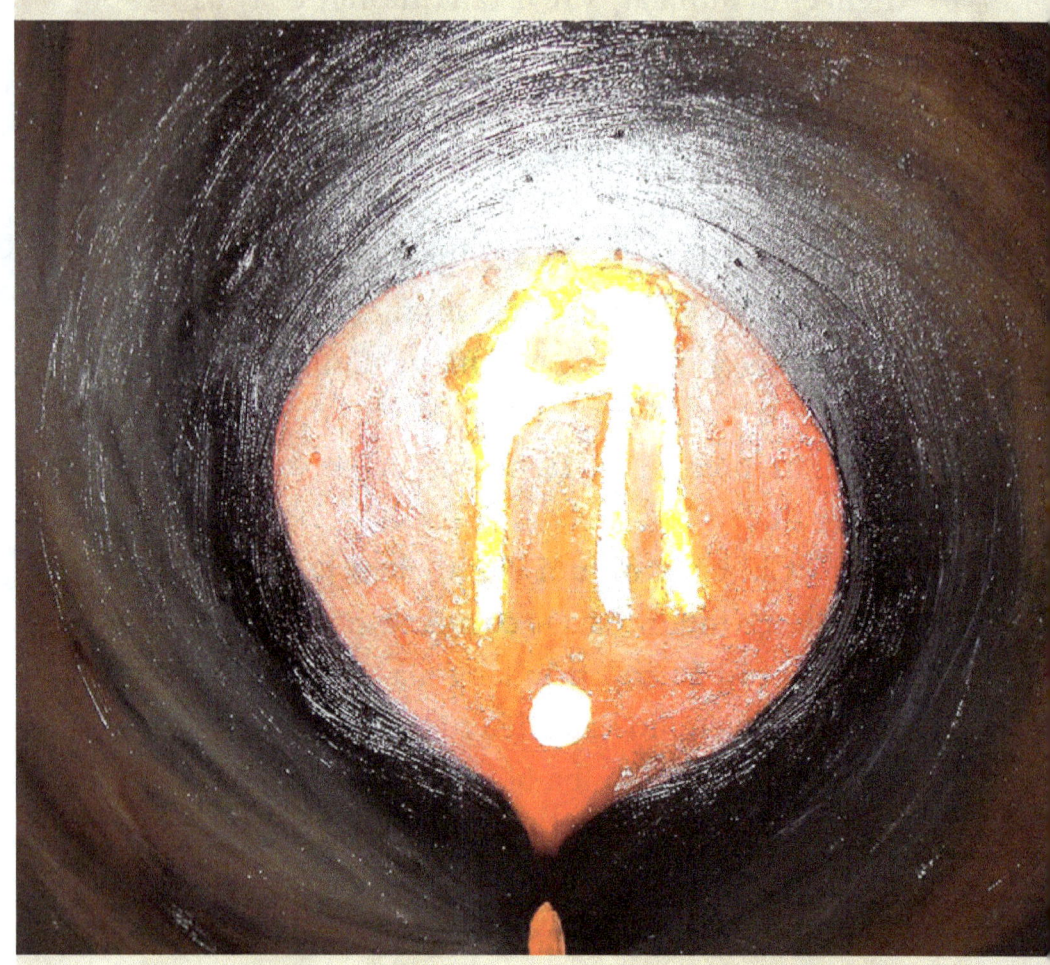

Cõi xưa 2 / 80 x 100 cm - Oil painting by DƯƠNG ĐÌNH HÙNG

112 . DƯƠNG ĐÌNH HÙNG

mặt bà khư khư không lay chuyển. Giờ đây cô gái chơn quê ngước nhìn bên phải nơi có bàn thờ Phật, rán lê người, trước bàn thờ, đôi bàn tay van lạy dình chặt trên đỉnh đầu, miệng khấn run rẩy trong ánh mắt sáng, nước mắt gần khô kiệt:

- Cầu Trời Phật chứng giám phù hộ cho mẹ con tôi miễn được cạnh nhau. Tôi có làm nô lệ khổ sở thế nào cũng được...

Cô ta vái liên hồi, lê người quay về chỗ củ trước sập gụ. Đôi bàn tay quờ quạng đụng phải cột gỗ, đẩy luôn cột ra khỏi chân táng, rơi rớt hạt bụi trên cao. Chiếc cột đong đưa, làm ngôi nhà rung động đau thét... Bà chủ vội vàng nhảy xuống, bàn tay xỉa xói trên đầu cô ta, đầu có cái trán cao quát lớn:

- Mày phá hạnh phúc gia đình bà chưa đủ, nay muốn phá nhà phải không!?

- Dạ...

Khuôn mặt cô ta càng xanh run sợ không nói nên lời. Cột nhà lệch hướng, rời khỏi chân táng lộ rõ khúc gỗ bên dưới bị ăn sâu bởi đàn mối mọt, thấy rõ hang động lởm chởm đen tối. Bà bước quanh nhiều vòng, nhìn xâm xỉa thân người bé nhỏ đang cầu xin, cái môi đỏ trầu cau nhỏ ra, làm cô hầu sợ hãi trốn biệt nhà sau. Bỗng tiếng khóc đứa bé vang lên, tiếng khóc tức tối không dứt cơn khát sửa. Tiếng khóc làm khó chịu, bà dừng lại cúi xuống nâng cằm cô ta lên trên thân người mảnh mai, gắn giọng hỏi:

- Hồi nãy mày nói chịu làm nô lệ cũng được phải không?

Chiếc đầu rối gục lên, gục xuống nhiều lần trên bàn tay rắn chắc giận dữ bà chủ, toát ra ánh mắt sáng hy vọng tràn đầy sức mạnh:

- Dạ, dạ...

- Bà cho phép hai mẹ con tụi mày ở đây với điều kiện là thằng nhỏ phải gọi bà bằng Mạ, bằng Mẹ. Cấm gọi mày bằng Mẹ.

- Dạ, con đội ơn bà. Cái gì cũng được miễn hai mẹ con có nhau.

Đôi mắt cô gái trân trân nhìn bà. Khoát tay chỉ ra sau, bà chủ ra lệnh:

- Vậy mày xuống cho con bú đi. Mọi chuyện để bà tính. Quy luật nhà này không phải dễ.

Cô ta chạy vội xuống nhà dưới, trước đó không quên vái bà chủ, vái bàn thờ gia tiên, nét mặt rạng rỡ hân hoan. Ngôi nhà đau lòng chứng kiến, những chân cột muốn nghiêng dốc đổ nhào, tê dại trong hoạt cảnh người. Dòng sông phía trước xanh lục không gợn sóng, đang hòa mình trong ánh nắng chiều vàng, phản chiếu mặt trời đỏ rực phía thượng nguồn trên đỉnh núi cao.

Tiếng khóc nấc của đứa bé chưa chấm dứt cũng là lúc ông chủ nôn nóng lo âu trở về trên chiếc xe kéo. Ông Mẹo đứng ngoài cổng trông ngóng vào trong. Tiếng khóc đứa bé vang ra đến ngoài cổng, ông chạy nhanh vào, nhìn khuôn mặt lạnh lùng của vợ, lao mình xuống xó bếp. Đôi bàn tay run rẩy vuốt nhẹ trên đầu láng bóng thằng bé, miệng lúng la lúng túng không nên lời, ông nghe giọng nhát gừng của bà chủ trách móc:

- Tôi thấy mẹ con nó khốn khổ, lạnh lẽo sống trên đò nhất là mùa đông, nên tôi đem về đây cho bớt khổ. Chuyện lẹo tẹo của ông để đó, tôi sẽ tính sau.

Lắng nghe, yên lặng, ông chủ đến bên bàn thờ, đốt nhang, đánh ba hồi chuông dài van vái cám ơn trời đất... Nhìn chiếc cột nhà sắp nghiêng đổ, ông nâng nhẹ đưa chân cột về vị trí cũ, trả về trên đầu chân táng. Ngôi nhà thở phào, cảm nhận nỗi đau nhức tê tái đang xóa mờ, nỗi đau như chuyện mặc khải, hiện diện khắp mọi nơi.

Từ ngày có tiếng khóc thằng bé trong ngôi nhà, mọi chuyện trông như thay đổi khá nhiều. Đầu tiên là ông chủ phá bỏ thông lệ, trưa nào cũng về nhà ăn cơm. Chiều tối, không còn lê la, ly rượu trong phố chợ. Mặt ông rạng rỡ khi đùa bỡn, cầm tay thằng bé trong xó bếp, quấn tròn trong chiếc tã trắng. Mẹ con sống tạm trong căn phòng lợp lá, phòng chỉ dùng cho gia nhân hầu hạ, nghe được tiếng gió rít mang hơi lạnh qua những phên tre, rét buốt bên ngoài. Khoảnh khắc không có mặt bà chủ, ông sung sướng cầm tay cô Lan, lúi húi chuyền vào tay cô món đồ nhỏ tặng hai mẹ con, món đồ mua vội, ghé chợ giữa đường về, chạnh lòng tỏ bày:

- Dù sao nơi đây mẹ con em bị nhiều khổ tâm nhưng ấm cúng hơn trên đò. Con đò trốn chạy bị đeo đuổi không ngừng trên sóng nước lênh đênh, gió lạnh bão bùng.

Khúc quanh cuộc đời đã đổi thay, thời gian kế tiếp ông ăn ngon hơn mọi ngày, siêng năng làm việc nhà. Chịu khó lau dọn bàn thờ, tỉa cành cây, chăm sóc hồ cá, trồng thêm rau muống trong cái ao sau nhà... Mọi việc trước đây ông ta ít ngó ngàng tới, ông luôn tự mình cắt xén hàng chè tàu bao phủ một phần nhà. Trưa nóng, uống bát chè xanh, ông chăm chú miệt mài tô điểm chiếc cầu bắt qua suối, qua sông qua ngọn núi giả sơn. Đêm đêm thả hồn theo tiếng đàn, câu thơ, đón gió mát từ đầm phá mang về. Ngày ngày trồng thêm cây ăn trái, nuôi bầy chim bồ câu, đám gà để đãi khách tới viếng nhà, thời lúc khơi dậy nỗi đam mê người, lúc cái tâm thích thú muốn hòa với thiên nhiên cảnh vật.

Từ tiếng khóc thằng Cu, người mẹ biến thành người đầy tớ đích thực trong gia đình mới. Cô Lan làm việc cật lực để được gần con, cho con bú, vuốt ve con để con được lớn dậy... Từ sáng tinh mơ thức dậy sớm nhất nhà, cô chế bình trà cúng Phật, pha cà phê cho ông, nấu ăn sáng, nấu cơm trưa cơm chiều, dọn dẹp nhà trong, nhà ngoài... Cô lau sạch từng hạt bụi bám đầy trên căn nhà chính, bụi nhang trầm trên bàn thờ, bụi bám trong chỗ sâu món đồ gia bảo đang chưng bày, trong dáng dấp nhanh gọn, ngăn nắp, giữa ánh mắt sáng với niềm tin mãnh liệt, miệng luôn cầu Trời khấn Phật. Đôi tay, đôi chân trắng ốm không ngừng làm việc.

Chuyện thường ngày... Cô Lan hái rau muống hàng ngày trong cái ao sau nhà, luộc, làm món nước chấm tôm kho đánh cho ông ăn. Nêm ít ruốc, giả ít tỏi, dập trái ớt xanh cay nồng trộn lẫn... Rau muống luộc cho nước trong, làm canh thêm trái cà chua đỏ, nặn miếng chanh để có màu xanh hy vọng... Đó là món ăn không thiếu được riêng ông. Thức ăn nấu nướng nơi chái bếp, trên ngọn lửa mịt mờ khói trắng của những đống lá khô, cô Lan chịu khó bỏ công thu gom trong khu vườn khá rộng. Khói trắng lá khô, nước mắt sặc sụa, niềm tin yêu... biến đổi sắc da trắng nõn nà trên thân người con gái một con.

Hôm nào không có mặt bà chủ, ông ta đôi mắt âu yếm nhìn cô Lan thổ lộ, với lòng yêu thương chia sẻ:

- Anh thương em mê mệt, ngoài cái tính, cái nết... Nhưng món rau muống chấm nước tôm kho đánh là số một. Ngay từ buổi đầu, ăn trưa trong quán của mẹ em...

Từ mùa xuân cất tiếng khóc thằng Cu, ông chủ lại lên chức lên ngạch. Ông lên chức Trưởng phòng, lương hưởng khấm khá, dư dã của một thời. Ông cho sửa sang tu bổ lại căn nhà chính, thay mới những cột bị mối mọt. Đám thợ chạm, thợ mộc từ làng Mỹ Xuyên được điệu vào sửa lại vĩ kèo hàng ba, đố bản, liên ba... Chế tác những hoa tiết, lá cành hóa rồng hóa phụng, nét chạm tinh vi sắc sảo. Những đầu cù, đầu kèo giờ đây cũng được chạm khéo léo, lượn quanh như cuộc đời con người vấp phải cuộn vòng lên xuống. Những cột nhà thon gọn, đẽo gọt bóng bẩy... Tất cả hòa quyện với nhau, như một kiệt tác công phu hội tụ của nhiều nghệ nhân miệt mài qua nhiều tháng năm.

Ông cho xây thêm hai dãy nhà phụ bằng gạch lợp ngói, bên phải cho bà chính và con gái. Bên trái cho mẹ con cô Lan một phòng, và cho đám gia nhân. Nhà giờ đây đổi sắc, chắc chắn, ấm yên, bớt đớn đau, hãnh diện nhìn đời...

Năm tháng trôi qua, thằng Cu giờ đã nói được tiếng đời. Lời hứa của mẹ nó vẫn còn đó. Nó được tập gọi bà chủ bằng "Mạ" và chỉ được kêu mẹ sinh thành bằng "Dì". Ngôn ngữ như là thói quen do con người đặt ra. Người dì vẫn cam khổ chịu đựng mọi thứ để được canh giữ trông chừng con, nhìn người mình thương chẳng buồn bươn chảy, bon chen.

Thằng bé giờ đã biết bò, bước chập chừng trong ngôi nhà xưa, khỏe mạnh đùa chơi với mọi người. Những bữa ăn sáng tối chiều trưa, mâm cơm im lặng quây quần vợ chồng và hai đứa con gái bà Hai. Riêng dì Lan, thằng Cu phải ăn cơm mâm dưới. Với ông ta, mâm cơm thông thường khá đạm bạc thanh bần bao đời của một thời Nho giáo. Rau muống là chủ đạo, thêm món ông thích là mắm cá ngừ ruột, mắm nêm cá cơm ngày đông lạnh, cá hồng trời nóng bức, rau dền nước đỏ trong...

Những bữa ăn ông vắng nhà là giây phút căng thẳng chung đụng nhất. Món ăn dì Lan dọn lên, có con cá nhỏ đều bị bà Hai đổ xuống ao sau nhà, thêm nhiều lời trách mắng:

- Cá lớn mới đứng cách ăn! Nấu cơm sao khô cứng như đá? Kho thịt chẳng biết làm!...

Khá nhiều lời trách móc thậm tệ tiếp theo, cá nuôi trong ao có dịp no nê đùa giỡn với món mồi bà ném xuống.

Ngày sáng trăng, nhất là những đêm cuối tuần, ngôi nhà rộn ràng bạn bè tụ lại ngâm thơ, đàn hát... Thời gian hiếm hoi, hạnh phúc dì Lan được phép tham dự cạnh bạn bè ông.

Dì Lan gương mặt thanh tú, thướt tha mảnh khảnh trong bộ đồ lụa, nổi bật làn da tươi sáng, như tuyệt phẩm trời ban cho một vùng đất. Dì ngâm thơ, hát xướng. Giọng hát lắng nghe dìu người về cỏi xa, chiêm nghiệm lại chính mình. Khúc ca, đoạn nhạc làm rơi rớt nước mắt người nghe. Cả nhà lắng nghe, tiếng bà chủ lầu bầu:

- Ông già mê mệt say đắm con nhỏ vì chuyện này. Xưa thời ông phiêu bạt ngoài nớ, con Tâm ả đào xứ Nghệ đã làm ông chết lên chết xuống. May mà chia cắt đất nước nên không gặp lại con Tâm...

Khi ánh trăng khuất sau bụi tre, khi đám

tiệc đã tàn, khi ánh đèn đã tắt, khi tiếng quậy phá thằng Cu im lìm chựng lại, khi mọi người say ngủ, là lúc ngôi nhà chứng kiến, mỉm cười nhìn ông ta rón rén đi ra chái sau, nhanh nhẹn chui tọt trong chiếc mền dì Lan. Hai người thiu thiu ngủ đến khi có tiếng gà gáy canh hai.

Ban ngày là chiến tranh giữa dì Lan và bà Hai. Nhưng đêm là hòa bình của ông chủ. Hòa bình đến độ chỉ mấy năm sau dì Lan có thêm hai gái một trai rộn ràng trong khu vườn xanh. Những đứa nhỏ được gọi tên Bé Chị, rồi Bé Em, rồi Cu Nhớn, Cu Nhỏ. Tất cả gọi bà Hai bằng "Mạ", dì Lan vẫn là dì như lời quy ước.

Một ngày Tết, chiến tranh thực sự đã xảy ra, đến một vùng đất. Bom đạn réo gọi không ngừng. Pháo rơi như mưa bên kia sông, trên ngọn núi cao, bên trong bức tường cổ đất kinh kỳ, rơi ngay giữa vườn, cắt ngang những đám cây, làm hàng cau gãy đổ, cây mít không đầu trơ trụi lá, hàng tre nghiêng ngã. Một quả pháo rơi gần chái nhà bên phải loang lổ một góc tường... Máu xương rơi, tiếng rên la. Thời mọi người phải trốn khỏi phố thị tránh đạn bom may còn sống sót. Thành phố chỉ còn những mái nhà run sợ nhìn nhau, bất động ngơ ngác chơ vơ trong không gian hoang vắng đổ nát.

Ngưng tiếng bom rơi, vơi tiếng đạn bay, đoàn người quay về phố thị điêu tàn. Ngôi nhà chứng kiến những người bạn của nó biến mất giữa trần gian, những ngôi nhà xưa nằm ở đầu sông, cuối sông chìm trong lửa đỏ, trong bom xăng, trong hủy diệt của đạn lửa. Nhà may mắn tồn tại với thương tật đầy mình. Mái ngói chái bên phải muốn sụm xuống, chân tay đứt lìa từng đoạn, nhất là ngũ tạng bị khoét rỗng do những kẻ hôi của, tràn vào nhà vắng chủ lấy đi những gia bảo qúy báu từ đôi liễn sơn son thếp vàng, bức hoành phi, bộ tràng kỷ, tủ chén sứ xanh lam... Đến cái bộ tràng kỷ cẩn xà cừ qúy giá do em gái ông Cố nội tặng nhà thờ dòng họ, thời cô ta là người thứ phi được Vua sủng ái nhất cũng bị khiêng mất.

Khổ nạn tiếp tục rơi xuống trong khu vườn khi ông chủ đến tuổi về hưu, khi đàn con cháu dưới quê kéo về thành lánh nạn. Túng quẫn hiện dần trong ngôi nhà dột nát tang thương. Màu nâu đen hoang phế, trên

Cõi xưa 3 / 80 x 120 cm - Oil painting by DƯƠNG ĐÌNH HÙNG

124 . DƯƠNG ĐÌNH HÙNG

mảng rêu ẩm mốc, xưa cũ hiển hiện báo ứng một đời tàn lụi.

Chiến tranh còn đó... Một vùng trời phủ vây đầy tang chế của xác người trôi trên dòng sông xanh thẳm, của những linh hồn ma quái vất vưởng đâu đó trong bụi rậm dưới lòng đất hoang lạnh. Người chủ nhân tóc đổi màu trắng xóa, lạnh lùng thắp nhang, hương khói trong tiếng chuông u tịch. Nghe được tiếng khóc của thằng Cu Nhỏ khát sữa từ căn nhà dưới. Dì Lan đứng bên cạnh ông tự hồi nào, đôi mắt nhắm nghiền như cầu xin với đấng trời cao, giữa hương thơm bốc lên từ lò trầm bằng sành nâu úa màu. Trong lung linh ánh sáng ngọn đèn sáp, sau âm vang tiếng chuông dì van xin người chồng:

- Ông cho phép tôi được ra ngoài đời, mua bán làm ăn đôi chút, may qua cơn ngặt nghèo. Mấy chục năm rồi em chỉ co ro ở nhà, chưa một lần ra khỏi nhà làm ăn gì cả!

Sau vài phút giây trầm ngâm, tay ông để nhẹ trên vai dì Lan, nhìn thẳng vào đôi mắt huyền đen:

- Thôi được, từ ngày mai em có thể ra

đời làm ăn buôn bán và cũng từ ngày mai, anh sẽ phát nguyện ăn uống trường trai... Mấy chục năm rồi anh có thói quen chỉ ăn cơm khi tự tay em nấu nướng. Dục vọng cuộc đời, kiếp luân hồi, vay trả trả vay, cái bể khổ trầm luân con người nào cũng gánh phải!

Dì Lan lăn xả vào đời làm ăn. Thu gom hàng dưới biển lên bán trên phố. Loanh quanh những căn cứ Mỹ mua bất cứ đồ nhu yếu phẩm bán lại người cần, có lần mở quán cà phê bên trường học, có lúc quay lại nhà thức suốt đêm cùng đàn con làm bánh ngày mai bỏ mối ở phố chợ lao xao, mọi chuyện chẳng đến đâu. Có đêm trong chập chờn giấc ngủ, dì Lan lại mơ thấy bóng dáng mẹ hiện ra, hiện ra trong quán ăn của mấy mươi năm trước, ngày dì còn thơ dại, ngày biết yêu lần đầu, ngày lần đầu theo mẹ bươn chải với đời, ngày mẹ không cho con gái học chữ nhiều vì sợ con viết thơ tình với trai...

Buổi sáng bỗng dưng bà Phủ tới nhà, có ý định nhường cái quán ăn giữa trung tâm thành phố cho dì Lan, vì lý do không người trông coi. Mọi việc chuyển nhượng nhanh chóng, dì có dịp trở lại nghề mẹ dạy thuở nào khi tập tành đối diện đời, khởi đầu nghề nấu nướng, ăn uống cho người.

Quán mở trong ngôi nhà xưa, trăm năm trước của ông Thiếu tá Cardot tạm ở, thời chiếm kinh thành. Quán phất lên nhờ nhiều thứ, từ cà phê tự tay dì rang, món ăn sáng ăn trưa ăn tối sạch, rẻ, ngon... Thực khách nườm nượp đối diện gương mặt thanh tao rạng rỡ của người chủ mới.

Dì vùi đầu lăn lội cùng đám gia nhân đến ba chục người, dốc hết năng lực vào chuyện kinh doanh không biết mệt mỏi. Vắng dì Lan ở nhà, bà Hai - bà chủ lớn chỉ huy tất cả. Đi chợ, chăm sóc đàn con dì Lan còn bé bỏng, thu gom lá khô vàng thế củi... Tiếng "Mạ... Mạ..." đám nhỏ vẫn gọi bà biến thành thân thuộc gần gũi. Ông chủ đã phát nguyện nên ăn chay, nhưng bữa cơm luôn phải có món xì dầu kho quẹo lại mà duy nhất dì Lan nấu rất vừa ý ông, nấu lúc hừng sáng.

Có đồng tiền đến, mang theo nhiều đổi thay, ngôi nhà chứng kiến trạng thái không yên nhiều hờn ghen của ông khi dì Lan vắng nhà. Có hôm, ông thẫn thờ bắt ghế ngồi dưới vòm cổng trông ngóng nàng, ngồi chòm hỏm nhìn cỏ dại mọc dưới chiếc am thờ thần đất, ngồi bất động dưới bóng mát cây vã.

Có đêm đông khách, khách ngồi khuya, kín trên các sập gỗ, trên chiếc bàn chén tủ chén tạc. Khách hàn huyên tán gẫu với nữ chủ quán xinh đẹp ân cần, ở nhà ông đợi chờ, ghen tức ra mặt, cau có ra lệnh cho con trai con gái đi đón dì về. Khi về đến nhà, ông lầm bầm ghen tức:

- Chắc có thằng nào đeo đuổi bà, hoặc ông Giáo lúc này thường ghé quán, chắc mê mệt bà phải không?...

Nhưng dì luôn trong tư thế mẫu mực người phụ nữ An Nam, không còn nhớ những gì đã qua, một thời khổ nạn đớn đau, từng bị vùi dập gió mưa... Dì duy nhất nghĩ về chồng con trong định mệnh vô hình, chuyện gì sẽ làm, chuyện hàng quán ngày mai...

Tiền dần dà giúp ngôi nhà bớt rên la, vì được nối tay nối chân, nối kèo nối cột, chưa kể ngũ tạng gia bảo đang được thu gom về.

Ngôi nhà sáng lên khi mặt trời mọc cuối sông, hòa quyện bóng đêm êm ả khi mặt trời chìm đầu sông, trong sương mù giăng kín mọi nơi.

Chiến tranh đến, chiến tranh đi, hòa bình tái hiện. Hận thù và chết chóc, con người và sự vật cùng cảnh ngộ. Con người đã đến đây, rồi có người ra đi biền biệt, góc phương trời xa, tái hiện những con người mới. Ngôi nhà trong khu vườn may ra còn đó, nhưng những người bạn, những ngôi nhà bạn gần đó, bằng chứng là những di tích cổ xưa vài trăm năm gây dựng nay cũng tàn phai và xuất hiện nhà dáng hình mới. Người ta đổ lỗi do chiến tranh, do đời người một thời khánh kiệt bán bất cứ thứ gì dù đó là bàn thờ, bộ bát bửu... Rồi do cái này cái nọ, do chính suy nghĩ hời hợt con người!

Ngôi nhà đau lòng đưa tiễn ông chủ từ trần, vì cái tuổi già sức yếu trên tám mươi trong cái Tết giá lạnh sau vài năm hòa bình, chứng kiến những tháng cuối đời ông còn ghen tuông. Bạn trai đến thăm ông, ngôi nhà thường nghe ông tâm sự với mấy đứa con "Tụi nó tới đây là để tán dì tụi con, là yêu thương dì...". Giây phút lẫm cẫm ghen tuông gần cuối đời khiến dì Lan không dám ra tiếp khách, trốn mặt dưới nhà bếp.

Phút ông lâm chung, ngôi nhà chứng kiến một người con gái xa lạ xinh đẹp xuất hiện, ôm quan tài khóc hai tiếng "Ba ơi!..." trong ngày tang lễ. Người con của cô Tâm hát ả đào xứ Nghệ quay lại khi đất nước thống nhất. Đứa con lưu lạc có được thời người cha còn làm việc ngoài vùng xa đó, thời Tây còn cai trị.

Một năm sau, trong nỗi đau buồn, bà Hai - bà vợ cả - cũng ra đi theo ông. Ngôi nhà đích thực cô quạnh sau ngày đó vì những đứa con trai, con gái cũng tiếp tục rời xa nơi sinh ra mình, chúng đi mãi tận trời Tây. Vùng đất lạ lùng, nhiều nghịch cảnh, người người thích ra đi ít khi chịu quay về để sống cùng nó trọn đời! Cùng lắm là họ ghé thăm một vùng đất. Những ngôi nhà xưa giống người, nhà như những di tích của bao đời dòng họ tự nó cũng biến mất ra đi không ngày tái hiện. Nhà xưa đối diện bên kia sông được cấp cho ba hộ, một hộ một gian, mạnh ai cứ sống. Một ngày người ta làm thịt, hạ xuống để xây 3 gian phố cho đẹp mắt. Hàng trăm di tích nhà cổ xưa, một thời được ghi dấu của bao nhiêu nghệ nhân từ thợ chạm, thợ kép, thợ nề... qua vài trăm năm, tiềm ẩn một nền văn hóa sâu thẳm trong đó, chịu không nổi mưa gió, đua nhau bị phá bỏ bởi người, bởi chính con người. Một thời Đinh, Lê, Lý, Trần, Mạc, Trịnh... Khi hết chiến tranh, đời sau phá đời trước, trở thành thông lệ lịch sử theo nhịp bước thời gian, rồi để mặc cho tàn phai không còn ai chịu trách nhiệm gìn giữ, trông coi.

Một người không bao giờ chịu rời xa ngôi nhà, luôn bảo vệ vun đắp trăm thứ cho ngôi nhà chính là dì Lan.

Dì vẫn sống, vẫn ngày ngày dâng lễ trước chân dung người chồng muôn thuở đặt trên khảm bằng gỗ mun. Tách cà phê mỗi sáng dâng lên, chén trà, điếu thuốc, chén cơm trắng trước di ảnh, trước ánh mắt người khuất bóng... trong hương trầm lan tỏa gian nhà xưa. Bà tóc đã trắng, tâm sự hàn huyên trước bàn thờ, kể bao chuyện đời với ông hôm nay và mai sau, với tất cả tình yêu không bao giờ tàn phai, với người tình muôn thuở. Nhà như là chứng nhân lặng lẽ bị cuốn hút trong vòng khói hương tôn nghiêm cô quạnh, khói thơm ngào ngạt bốc lên từ lò trầm, khiến ngôi nhà xưa cố lần tìm về số phận ngay chính mình, nhớ những ngày xưa cổ thiêng liêng đã rời xa, may còn lại một chút di vật hiển hiện với cuộc nhân sinh!

Trong thế giới nhỏ yên bình khép kín, ngôi nhà lắng nghe nỗi niềm dì bày tỏ, nhắc lại cảnh sắc chuyện tình xưa với nỗi buồn thiên thu, sống lại chuyện một thời sông nước lênh đênh, ẩn núp trên con thuyền trốn chạy với thằng Cu. Nhớ lại mùi khói trắng lá khô vàng úa, một thời sa mù dằn vặt đớn đau... Giờ đây chỉ mong dốc hết tâm nguyện trông coi gìn giữ ngôi nhà xưa, vật gia bảo... Tất cả như bước thời gian bao đời để lại, nơi chất chứa bao nhiêu kỷ niệm, dấu ấn chuyện tình người, cứ đổi thay tiếp diễn không ngừng.

Dì cầu nguyện: "... *Mong ông an lành dưới chín suối!...*". Hiếm hoi trông thấy dì bước chân ra khỏi ngõ nhìn đời xuôi ngược chảy trôi. ✔

6.

Những viên gạch nhà Văn miếu

Cổng 2 / 80 x 100 cm - Oil painting by DƯƠNG ĐÌNH HÙNG

Hắn ném bao bố nặng trịch nơi gốc cây đa, trên cao nghe có tiếng chim hót. Dựng chiếc xe đạp, hắn lảo đảo bước vào căn quán hẹp, uể oải ngồi dựa tường, bàn tay vỗ mạnh trên mặt bàn. Quán nước chìm trong âm thanh ồn ào từ cái đài phát to tiếng vang động cả một góc phố xưa. Chủ quán lim dim đôi mắt đang lặng hồn ép lỗ tai sát cái đài, cái radio sang trọng một băng để trên chiếc ghế bố nhầu nát bốc mùi. Quán nhỏ chỉ đủ cho vài người uống cà phê, ngồi dựa vào bức ván mục trước vài chiếc bàn nhỏ, không gian còn lại là lối nhỏ đi ăn sâu tận bếp. Quán hẹp và tăm tối, không đủ chỗ để cho hai người muốn ngồi đối diện nhau.

Bước lại ghế bố, lắc mạnh vai người chủ đang say ngủ, hắn hét lớn:

- Cho tớ một cốc nào!

Quay về chỗ, hắn ném đít xuống chiếc

ghế nhỏ thân quen mỗi ngày. Hắn thọc tay vào áo lông dày cộm, đôi môi tím tái, hắn run cầm cập vì trời rét. Bên ngoài, rễ cây đa thả dài như những vòi con bạch tuộc cuốn tròn quanh thân cây loang lổ, đong đưa buông chấm xuống đất, như chiếc màn nâu muốn che hết căn quán, ngăn cách với thế sự bên ngoài. Đôi mắt hắn hững hờ nhìn phố lạnh kín sương mờ, không xa là thành quách cũ, rồi rung đùi liếc nhìn cốc cà phê đặt dưới cái nồi quen thuộc rỉ sét.

Có tiếng bước chân đi vào quán. Hắn nhìn lên, thằng Tuấn ốm cao, mang trên vai cái bao bố, bên trong hắn là có con chó nào vô phúc bị nó tóm được đêm qua. Tuấn để góc quán, ngồi xuống cái ghế nhỏ phía ngoài la to:

- Nào, cà phê sữa!

Hôm nay nó uống sữa có lẽ đã "trúng quả" lớn. Quán cà phê buổi sáng lát nữa đây còn có thêm nhiều khách quen: thằng buôn đường, buôn thuốc lá, kẻ buôn bột ngọt, hàng nhu yếu phẩm... Thời buổi này uống cà phê sáng là xa xỉ, ở đây người ta thường có thói quen uống trà và trà. Hắn là người sung sướng, may mắn nhất thành phố này vì hàng ngày uống cà phê khỏi phải trả tiền, nhờ mấy viên gạch đem đến cúng cho chủ quán hắn vừa ném ngoài gốc cây đa già. Mỗi hừng sáng lúc chưa có tiếng gà gáy là hắn ra khỏi nhà, chở mấy bao rau cải nhập trong đoàn nghìn chiếc xe đạp âm thầm vào phố chợ trong nội thành kéo dài cả vài chục cây số. Xong việc, bỏ thêm chút thời gian, hắn tạt ngang Văn miếu, gỡ thêm mấy cục gạch nhét vào bao bố, chở đến trao đổi với người chủ quán cà phê.

Gạch gì mà nặng chình chịch hoen ố rêu phong, to bằng cái bắp đùi người ta. Gạch rơi rớt trong đám cỏ mọc cao quá đầu gối, quanh gốc cây sứ, quanh cây nhãn, lăn lóc quanh bia đá, dưới chân tượng đá, dưới tàn cây bóng mát. Khu đất một thời im vắng ít người coi ngó. Dù sao gạch là cái đầu mối bí mật giúp hắn được uống cà phê. Một cốc cà phê đổi bằng bốn cục gạch thu gom.

Quán liêu xiêu, gió lạnh lùa xuyên suốt từ trước ra sau. Người chủ giờ chắn gió bằng gạch Văn miếu hắn mang tới, gạch đồng thời làm được cái bếp nhỏ nấu cà phê. Gió lạnh làm lung lay vách cót chia cắt nhà bên cạnh. Có bốn căn nhà giống nhau đều ngăn chia bằng vách cót được xây dựng sau cây đa già, trên nền cái Miếu Ba Cô bị phá bỏ gần đây, thờ ba cô gái nghe đâu chết thời Tây tiến chiếm thành phố này.

Bốn căn nhà cùng diện tích, được ưu đãi cấp phát cho bốn hộ trả giá rẻ nhờ họ quen biết lắm thứ. Nhà cũng lợp tôle nóng hừng hực khi hè về, lạnh cóng người khi đông tới, có thêm một nhà vệ sinh chung cho vui, sáng sáng người người xếp hàng đứng đợi phiên mình. Từng nhà, hình như có thể nghe và thấy rõ mồn một đời sống riêng ở các căn hộ láng giềng kề cận. Tiếng cười đùa, rên la sung sướng khi động tình, tiếng chửi mắng, tiếng thầm thì yêu nhau trong đêm khuya của đôi vợ chồng trẻ. Dù sao có được một mái nhà trong thành phố là tốt phúc rồi. Hơn nữa khi xuân về, có bầy chim ríu rít trên cao trong bóng mát cây cổ thụ trước nhà.

Đời chậm qua, nhưng chỉ mấy năm sau người chủ quán lại phất nhanh. Ông khá lên không phải do kiếm được tiền từ bán cà phê mà nhờ làm trung gian cho mấy tay buôn đồ nhu yếu phẩm như gạo, đường, nước mắm, thuốc lá... Rồi chắt chiu dành dụm tiền, ông tậu luôn căn nhà kế bên mở rộng thêm quán nước.

Một ngày hè nóng nực oi bức, có người khách lạ đi vào quán. Ông ta thấp lùn, mập béo, mái tóc râm bạc vui tính, đến trú tại cái khách sạn cách quán nước không xa. Ngày ngày uống cà phê chỉ nhìn ra phố buồn, nhìn nắng chập chờn len qua khe lá đong đưa, len qua hàng rễ cây buông thả... Chiều tối ông còn bày tỏ nhã ý mời chủ quán đi ăn tối nhiều lần, có hôm ngồi uống rượu quá nửa đêm, hai người như muốn kết thành tri kỷ. Ngày cuối, khi biết người bạn mới quen sẽ từ biệt thành phố, người chủ quán cảm động ngỏ lời khi đặt ly cà phê xuống bàn:

- Tôi có thể tặng ông bạn món quà nào đó làm kỷ niệm nơi đây chăng?

Ông khách cười nhìn quanh quán im lặng. Vài phút sau, ông ta nhìn ra ngoài quán, chỉ gốc cây đa như tỏ bày:

- Tôi ước gì có được cái hũ đựng nhang

treo trên cây kia kìa.

Người chủ tưởng người bạn mới ao ước chuyện gì to tát, chứ cái bình sứ nâu đen dưới nắng mưa đó chả là quái gì, nên hả hê xoa tay cười to:

- Chuyện đó vô tư, vô tư...

Rồi chạy nhanh ra gốc đa, tự mình trèo lên cây, gỡ hũ nhang xuống, đổ hết tro tàn và bụi ra. Chưa kịp trao, người khách đã mở túi xách lấy một bát đựng nhang khác, bằng sứ còn mới để thay thế. Họ sung sướng hạnh phúc tay bắt mặt mừng. Người khách còn ân cần niềm nở:

- Sáng mai tớ chia tay, muốn rủ cậu ăn cơm tối để kết tình huynh đệ.

Chủ quán có vẻ hơi sửng sốt, gật đầu đồng ý, thốt lên "Sướng thế!... Sướng thế!...". Người khách lấy chiếc khăn lông, nhẹ nhàng cuốn tròn cái hũ, để nhẹ vào trong túi xách da. Ôi! Cái điều đơn giản nhất mà chủ quán không hay!

Đêm hôm đó, trong cơn lơ mơ men rượu, người khách tâm sự là ông ta muốn nghiên cứu đồ xưa. Hiện có lắm tiền muốn

Cổng 3 / 80 x 100 cm - Oil painting by DƯƠNG ĐÌNH HÙNG

140 . DƯƠNG ĐÌNH HÙNG

kiếm thêm nhiều món nữa như cái bình, cái bát, cái đĩa xưa, thanh kiếm cổ, kể luôn cái đầu của tượng ngài Thiền sư, của mấy ông La Hán cất giữ trong ngôi chùa ở bên kia đường. Ráng kiếm thêm cái hũ cốt xưa, chúng nó nằm sâu trong cổ mộ quanh quanh thành phố. Chia tay, người khách nhỏ nhẹ: "Cho tớ gởi một lượng vàng nhờ ông bạn kiếm dùm mấy thứ đó...".

Lượng vàng có hai miếng dài một miếng ngắn, bọc trong tờ giấy vàng nhạt, màu giống da người. Họ nâng chén cụng ly khi bóng tối bên ngoài không còn ai, đến khi bóng sáng của quán trà bên đường cuối phố tắt lịm, chỉ còn nghe tiếng vỗ cánh xào xạc của bầy dơi đêm. Từ dạo ấy, người chủ quán có thêm một nghề mới xem ra ít người biết đến.

Cũng từ dạo ấy, hắn nhận được lệnh từ chủ quán, thôi không lấy gạch trong nhà Văn miếu nữa nhưng phải đi truy tìm đồ xưa cổ như cái bình, cái bát, cái lọ... còn tồn tại trước tro bụi thời gian.

Thời gian đầu, hắn rủ rê thằng bắt chó

đi cùng, đi đến nhiều vùng đất. Đất một thời có đền Vua dựng nước, đất nguồn cội sinh ra Vua xây nên thành phố này, đến vùng đất có nhiều truyền thống lâu đời làm men sứ... Có khi hai đứa giả dạng người đi tìm mộ cha ông thất lạc, len lỏi trong những nghĩa trang. Đợi đến đêm khuya, hắn cùng thằng bắt chó hì hục đào bới, tìm kiếm những lọ sành sứ một thời chất chứa tro than người quá cố. Hắn tìm thấy nhiều lọ nâu, xanh, lục trắng...; nhiều thứ khác chôn cùng dưới tháp như mục nát theo thời gian. Những chiếc hũ đựng cốt hắn tìm thấy trong những ngăn tủ nơi những ngôi chùa thiêng, lắm người đến hương khói.

Cái khổ nhất làm hắn bực mình là đám chó thi nhau sủa phá đám khi thấy bóng dáng bọn hắn, làm vang động ồn ào một góc làng. Hắn hiểu nguyên nhân chính là do hơi hám của thằng bắt chó. Thế là hắn đành phải không cho thằng bắt chó đi theo cùng và cũng từ đó hắn không dám ăn thịt cầy để công việc được trôi chảy. Có lúc hắn giả làm người làm thuê trong sân phơi rơm rạ của hợp tác xã. Hắn đào bới mọi xó xỉnh vì nơi đây là Hành cung của

Vua Chúa xa xưa, giờ là hoang tàn đổ nát. Có ngày hắn đóng vai khách mộ đạo từ phương xa tới, lân la vào chùa có nhiều tháp cao to nhỏ, thắp một nén nhang như là thành tâm cầu nguyện sám hối, trò chuyện với thầy trụ trì, đôi mắt lim dim như muốn xuống tóc quy y... Một hôm hắn trở lại chùa, trên chiếc xe tải với vài người bà con cùng xóm, mang theo nhiều lễ vật cúng dường Tam bảo. Họ làm một bữa cơm chay thết đãi mọi người trong chùa. Đêm đó Thầy và đệ tử ngủ mê mệt vì thuốc mê trong thức ăn nước uống. Hắn cùng đồng bọn ung dung dọn sạch mấy tượng ông Phật, tượng La Hán, bát nhang, chén dĩa xưa của chùa chất đầy trên chiếc xe tải quay về phố thị, mang theo luôn mấy chục hũ chứa tro than của mấy chục đời cao tăng từng trụ trì ngôi chùa này chôn dưới chân các bảo tháp xưa cổ.

Hắn mỉm cười nhìn những hũ sành màu lục trắng không chút hoa văn phát ra những tia sáng êm dịu dưới ánh trăng khuya. Người khách lạ hôm nào đó có lần giải thích: Đây là những cái hũ đời Lý, kia là chén đời Hồ, cái đĩa kia có lẽ đời nhà Mạc, đầu tượng Phật kia đời Tiền Lê...

Với thời gian, công việc làm ăn này phát triển tốt, riêng hắn kiếm thêm khá nhiều tiền mua được ngôi nhà mặt tiền quận ven hồ, còn người chủ quán mua tuốt tuột mấy gian nhà hàng xóm kế cận mình sau gốc đa già. Chim vẫn hót trên cao.

Chỉ cần một thập niên, sau những màng rễ cây đong đưa đã xuất hiện một bộ mặt mới. Người chủ quán hôm nào đã xây dựng một tiệm nước khác lạ và lắm khách hàng tụ đến. Độc đáo nhất là quầy rượu, vách ngăn, tường chắn quanh nhà hàng làm bằng những viên gạch lớn lâu đời, những viên gạch một thời được hắn thâu lượm từ Văn miếu. Màu vàng, màu nâu nhạt rêu phong cuốn hút nhiều người nhìn ngắm, chưa kể khá nhiều hiện vật cổ trưng bày trang điểm quanh đó dưới chùm ánh sáng pha lê sang trọng mờ ảo, đắt tiền. Chùm đèn pha lê may mắn lưu lạc sót lại trong biệt thự Tây một thời.

Nắng sáng chiếu qua tán lá cây, soi sáng

luôn cái món ăn điểm tâm đặc biệt nơi đây bày biện dưới hàng hiên râm mát bên ngoài: món lòng lợn - lòng thả.

Người đàn bà răng đen xếp một chồng lòng trắng long lánh, lòng tươi từ bụng đám lợn, bị làm thịt lúc mờ sáng nay. Khói trắng cuốn trên nồi cháo. Thực khách tụ kín từ ngoài vào trong quán, chờ đợi đến bát cháo của mình. Lòng lợn trắng tươi giờ đây được bà ta nhúng vào nước sôi sùng sục, vớt lên thái nhỏ. Bàn tay thô kệch nhưng nhanh nhẹn thả từ từ từng miếng lòng trắng nóng còn vương chút khói rơi xuống bát cháo. Họ ăn khoái khẩu, bàn tay nâng cốc rượu trắng, xị này qua xị nọ. Đây có thể là quán nhậu huyên náo "giao ban" sớm nhất trong ngày của một vùng đất. Nhậu khi hừng sáng, bốn mùa Xuân Hạ Thu Đông, bất kể mưa nắng. Nhậu có mùi mắm tôm, mắm tôm phải sủi bọt, phải có vị thơm nồng nặc bốc tỏa tứ phương, lôi kéo đám ruồi đen hội tụ về dày đặc. Ruồi to mập nhấp nhô hạ cánh rồi vụt bay lên cao phát ra âm thanh riêng trong bản nhạc sáng êm ả.

Sau vài xị rượu, bọn họ quay cuồng

quanh chiếc bàn chạm cổ đặc biệt, bàn dành riêng cho thượng khách của chủ quán. Không thiếu những khuôn mặt một thời trong đời có nhau. Nào là thằng bạn lâu đời từng đào bới, bốc mộ với hắn. Nào là chàng trai trẻ, bà con cùng chặt đầu tượng Phật với hắn. Nào là nhiều người bạn mới trong cùng giai cấp mau giàu có thông minh biết sống với đời, họ có khi là cai đầu dài, đôi khi là đám rách việc. Có thằng Tuấn loong - toong chuyên cung cấp bằng giả để người người mau lên chức. Có người bạn lên chức vùn vụt, nhờ đánh cờ tướng và uống trà với thủ trưởng. Có thêm vài quan chức ham vui gia nhập hội này, có khá nhiều em gái trẻ ghé chơi, đùa vui đêm ngày...

Ngày ngày, họ vui sướng tán phét đến nửa khuya. Hội này còn tự đặt tên là Hội 5 T - vì chỉ nói chuyện Túy, Trà, Tiền, Tình và Tục.

Hắn nhờ có một thời gian đi lấy gạch Văn miếu, xâm nhập vào miếu đền chùa tháp, nên giờ đây cũng thành chuyên viên khảo cổ có tiếng tăm, làm tham vấn cho những ai muốn nghiên cứu đồ xưa. Thằng bắt chó giờ cũng thành chủ bự nhiều nhà hàng trên bờ đê huyên náo, dù sao món thịt cầy cũng lắm người yêu quý! Chủ quán trở thành vị mạnh thường quân ra tay giúp đỡ biết bao người nguy khốn. Họ bàn chuyện mua quan bán tước, chuyện dòng đời trôi chảy bên ngoài... Ngoài kia chim vẫn hót trên cao.

Rồi có một đêm, người chủ quán thức giấc, lòng cảm thấy khó chịu khi nhìn tán cây đa quá lớn phủ kín ngôi nhà, ngăn cản ngôi nhà rộng của mình cao lên, giăng kín che mất ánh trăng trên cao, còn ngăn cản dòng người ngoài phố thấy bóng hình ta... Thế là ông quyết định là phải hạ cây đa già xấu xí kia.

Những ngày kế, đêm đêm ông ta cho người đào sâu vào dưới gốc cây rót nhẹ những chất lỏng trắng bốc khói, có khi thêm chút nước vàng nâu. Mùa thu năm ấy, lá cây đổi màu rơi rụng, cây cổ thụ cũng héo úa trơ vơ, hiện hình một thân cây vô duyên trần trụi khó coi giữa đời.

Công ty cây xanh cho người hạ xuống trong một ngày cuối thu, xong một đời cây!

Công việc hoàn tất tốt đẹp như dự đoán.

Rồi có một ngày lành tháng tốt, chọn làm ngày động thổ lên lầu cao, hôm đó người chủ quán bày tiệc ăn mừng thắng lợi với nhiều đặc sản thú rừng, vui cười quanh ché rượu cần lớn, có đủ mặt những người bạn cùng lớn dậy với ông ta.

Tiệc không có thịt cầy vì hắn chỉ vì câu tuyên bố của người lấy gạch Văn miếu:

- Tớ nhất quyết không thèm nhậu thịt cầy nữa vì con chó ăn đồ dơ bẩn. Vì con người đôi khi bất nhân bất nghĩa bất trung, còn con chó nó trung thành có nghĩa.

Những ly nước trong nối tiếp nhẹ nhàng rót vào ché rượu cho từng người qua một lần uống. Đôi môi họ ngậm chặt ống hút khi đôi mắt liếc quanh nhìn đời. Họ cất lên tiếng cười khoan khoái với vô số lời chúc tụng, pha thêm nhiều tiếng dung tục. Họ ăn nhậu, nước trong cứ tiếp tục rót chảy vào ché rượu, nhất trong đêm se lạnh càng hâm nóng tình người. Bỗng giữa khuya, dăm ba người như mê mệt, có người ói mửa, có người bị tiêu chảy. Chủ quán cũng thế như bị rơi vào trạng thái hôn mê, nhịp thở khó khăn chậm lại. Bi kịch làm cô con gái hoảng hốt gọi điện thoại vào bệnh viện cầu cứu. Chiếc xe Hồng Thập Tự đến, hú còi inh ỏi góc phố, làm thức giấc ngủ cả phố xưa. Tất cả được đưa vào nhà thương.

Ngày hôm sau, hình như có người tắt thở, có người vẫn trong trạng thái mê sâu, không chịu tỉnh với đời. Người quanh xóm biết chuyện, xấu mồm thầm thì to nhỏ. Tại vì, tại vì bóng ma của Ba Cô ngày xưa đó, vì hồn thiêng mấy đầu tượng Phật, tượng La Hán, đầu tượng Bà Chúa linh thiêng phá quấy, vì âm khí của những viên gạch nhà Văn miếu tỏa ra... Cơ quan phòng dịch tới khám xét nhà, đổ lỗi cho chất độc trong lòng đất thấm trong ống dẫn nước máy vào nhà khi uống rượu cần, do chất độc tích tụ khá nhiều dưới gốc cây già...

Buổi sáng, bầu trời xám xịt, gió bấc lạnh cóng. Mấy xác người nhậu hôm đó được hỏa thiêu ở ngoại ô thành phố trong ngày đại cát. Không gian rất vui nhộn vì có tiếng kinh kệ cầu siêu vang vọng ở cửa Lò Hỏa táng số

1, có tiếng phèng la, tiếng trống kèn rống to của ban nhạc tấu bài "Cầu sông Kwai" từ Lò Hỏa táng số 2, có tiếng đọc kinh của linh mục nguyện cầu người về với Chúa ở Lò Hỏa táng số 3, văng vẳng tiếng tụng niệm êm ả của ni cô cho vong linh siêu thoát ở Lò Hỏa táng số 4. Tất cả hòa lộn trong chợ đời nghiệt ngã. Trên cao không còn tiếng chim hót. ✔

7.
Lớp Mẫu giáo dòng họ Đinh

Cuốn trôi */ 70 x 100 cm - Oil painting by DƯƠNG ĐÌNH HÙNG*

TÌM QUÊ / NOSTALGIA . *151*

Một thân người quấn kín chặt bởi lớp băng gạc nhầy nhụa máu, bất động trên cái giường phòng hồi sinh. Hắn vội bước vào, chào bà chị dâu:

- Em mới ra. Tối qua nhận được điện tín của chị.

Khuôn mặt chị hắn, đẫm đầy nước mắt, tóc rối tung... Hắn để xách tay xuống, đến gần ngồi cạnh giường. Cầm bàn tay đen đúa của người anh ruột mình, bàn tay may mắn còn sót lại không bị bắn tung lên trời, người anh còn sót lại trong đời, anh Đinh Quý dòng họ Đinh.

Hai ngày trước, một tiếng nổ lớn phía sau vườn ngôi nhà thờ họ Đinh, làm bắn tung con bò và ông anh của hắn lên cao. Trong cái vùng cao huyện A Lưới này, chuyện con trâu, con bò, con người bị hất cao cháy đen xảy ra bình thường trên vùng đất đó, trên nhiều vùng khác nữa, nơi còn có quá nhiều bom đạn đang yên ngủ dưới lớp đất. Những vùng đất một thời được oanh kích tự do, vùng đồi trắng phơi xương.

Quá nhiều hố bom ăn sâu xuống mảnh đất miền Trung, khô cằn chằng chịt như mặt rỗ, chằng chịt như vết thương trên thân người anh hắn hôm nay.

Ngón tay khô nám của anh Quý rung nhẹ. Hắn cầm lấy. Lớp da tay cứng như gỗ vì cái lao đao quá mức một đời đốt cháy. Đôi mắt bịt kín, còn sót lỗ mũi có mang theo sợi dây trắng trong để hít thở ôxy. Đôi môi mấp máy màu tím than.

Bàn chân trái, bàn tay trái biến mất. Tội nghiệp, còn sót bàn tay phải. Chuyện phải thường thọ trong đời. Một sợi dây truyền máu vào người trên bàn chân phải.

Hắn xoa nhẹ bàn tay phải và nói:

- Em đây, em Đinh Thọ đây.

Hắn lập đi lập lại nhiều lần, có tiếng thều thào:

- Em Thọ phải không, em ráng về coi

chừng mồ mả, nhà thờ dùm anh...

Tiếng nói tắc nghẹn rồi im bặt, giọt nước mắt sống lăn dài xuống.

Hắn bước ra khỏi cái bệnh viện, thoát cái lạnh qua tim, nhớ lời nhắc nhở vang dội. Nặng nợ một đời người vì dòng họ!

Hắn bước qua bên kia đường, có công viên lớn chạy suốt dòng sông xanh đẹp. Rảo bộ nhìn ngắm lại trường cũ, những công thự hành chánh lớn, hắn ngửi được mùi thối nồng nặc của rác, phân người tràn ngập bờ sông đẹp.

Cuối con đường có khách sạn lớn, có trường đại học nhìn ra dòng sông đó, có công viên thảm cỏ đẹp, hắn biết cũng có nhiều rác bẩn như nơi đây.

Khuya thứ Sáu đó, người anh qua đời trong tiếng khóc lớn của bà chị dâu:

- Sao khổ quá?! Anh chết vì bom mìn! Anh cả chết không tìm được xác! Ba mẹ anh chết bom đạn! Ôi cái gia đình họ Đinh bạc phước!...

Cô y tá vỗ về vai người chị, nói nhỏ bên tai:

- Mồ mả nhà bên chồng chị có động rồi, nếu chôn anh, chị nên nhờ ông bác sĩ trưởng phòng cấp cứu này giúp cho. Ông bác sĩ này nổi tiếng nhất thành phố không ai bì nổi.

Buổi sáng thứ Bảy, ông bác sĩ phòng cấp cứu tốt bụng thuê giùm xe cấp cứu bệnh viện đưa xác người anh Đinh Quý về làng, về làng A-Sa trên vùng núi cao.

Trong chiếc xe Hồng Thập Tự, ông bác sĩ hỏi chị dâu hắn, hỏi hắn ngày sinh tháng đẻ rồi ghi trên cuốn sổ dày. Chắc có nhiều người đã chết qua tay ông.

Ông hỏi hắn:

- Anh làm nghề gì?

Hắn chỉ tòa nhà hát lớn bên kia dòng sông rồi kể:

- Xưa tôi thổi kèn cho lính Mỹ nghe cuối tuần kiếm tiền, có đêm thổi kèn trên rạp bên kia sông. Thổi kiếm sống qua ngày, có đêm ngất xỉu, khạc ra nhiều máu. Tôi vào Nam sáng tác nhạc. Sáng ra quán cà phê Thanh Thế bán nhạc lại cho mấy ông nhạc sĩ lười sáng tác. Đời sống vất vưởng lắm!

Chiếc xe đưa xác đi qua bến phà nằm thượng nguồn sông xanh, theo con lộ 12 lên vùng núi cao có nhà thờ họ Đinh, cái vùng núi còn sót nguyên sơ man dã. Giờ đây có lắm người đến sống, sống chung với người thiểu số.

Xe chạy chậm vì nhiều ổ gà xấu xí, có tiếng đuổi theo la hét inh ỏi của đám mục đồng. Trâu bò đua chạy với xe chở xác trên con lộ gập ghềnh.

Chiều đến ông bác sĩ thay bộ đồ đen có cái khăn đóng cuốn quanh đầu. Ông cầm theo bó nhang lớn đi vòng trong ngôi vườn. Ông xem lại mộ ba má hắn, mộ ông nội, ông chỉ chỗ sẽ chôn anh hắn và bảo:

- Cái đầu anh Quý khi chôn phải xoay về hướng ngọn núi cao kia. Đầu mấy ông chết trước chôn đầu quay về con suối không tốt, có mạch nước ngầm bên dưới xoi mòn nên động mả. Tối nay phải liệm gấp giờ Tuất, trưa mai giờ Ngọ thì chôn, giờ đó đại tốt.

Ông bác sĩ căng thẳng sợi chỉ dài ngắm nghía. Nhích quan tài thẳng đúng hướng.

Tính tiền căng chỉ 200 ngàn, coi giờ chôn 200 ngàn, giờ liệm 200 ngàn, tiền bổi dưỡng... cộng lại hơn tháng lương. Tính toán tiền bạc xong, lên xe cấp cứu về thành phố kịp giao ban ngày mai thứ Hai.

Đám tang coi vậy mà cũng có khoảng hơn trăm người trong làng A-Sa đến chia buồn, phân nửa họ là người thiểu số. Người nơi đây, những con người đen bóng của núi rừng. Cái vòng lớn xuyên cánh tai nhỏ, cặp ngực chảy dài xuống rốn đèo theo thằng bé trên lưng còng khổ nạn.

Đám người răng đen, da đen, tóc đen, lạ lùng có một cô gái lạ, mái tóc đen dài phủ vai, bộ áo dài đen nổi bật làn da trắng lạ kỳ. Cô thắp nén hương, vái cái quan tài nói hai chữ "phân ưu".

Hắn thổi kèn bài hát người anh thích năm xưa, miệng cay cay, môi đắng, rồi hát nhỏ:

Bẻ kiếm rong đồi hoang
Ngổn ngang mộng không thành
Rưng rưng hoài cố quận
Ngậm ngùi với trời xanh...

Ngày mở cửa mả, có cô gái lạ dẫn theo chú bé lên năm đến mộ phần. Cô gái thắp nén nhang, hắn hỏi:

- Cô là ai? Sao ở đây?

Ánh mắt u uẩn, cô trả lời:

- Em là Phượng. Anh Đinh Quý với chồng em là bạn thân, những người đầu tiên về lại vùng đất núi này. Ba năm trước chồng em cũng bị chết như rứa. Tội nghiệp, chiến tranh anh không chết, giờ thì chết tức tưởi. Bom mìn khốn nạn!

Hắn nói:

- Tôi là Đinh Phát, em ruột anh Quý. Cám ơn cô nhiều lắm.

Tối, trong bữa ăn, người chị dâu có ý kiến:

- Dòng họ Đinh chỉ còn mình chú, chú phải về đây ở trông coi từ đường dòng họ. Tuần sau chị về quê dưới làng biển trông coi mẹ già. Thằng Trâu em ruột chị bên Mỹ về chơi xây mộ ba chị.

Hắn liếc nhìn ngôi từ đường tàn tạ theo ngày tháng dù nhiều đời người coi ngó. Ông nội chết sốt rét, ba má hắn chết vì máy bay oanh kích, mộ phần được chôn sau nhà.

Người anh cả Đinh Thọ phải chặt hai

ngón tay trỏ và giữa để khỏi đi lính, lên vùng cao này trấn thủ từ đường. Anh Thọ mất tích trong núi trên mười năm chưa tìm thấy thân xác.

Ông anh kế, anh Quý phải bỏ thành phố lên vùng cao cũng vì hương khói dòng họ. Tuấn qua đã từ giã kiếp người. Hắn nhắm mắt im tiếng gật đầu "đồng ý".

Tháng sau hắn bán được ngôi nhà trong hẻm Kỳ Đồng, cuốn gói về quê. Hắn không thích đi máy bay, hạ cánh xuống phi trường đó. Hắn sợ, trên máy bay nhìn xuống thấy quá nhiều mồ mả vây kín, phủ gần hết đất đai trồng trọt quanh phi trường. Phi trường thấy nhiều mồ mả nhất thế giới. Mồ mả nầy làm người nghèo càng nghèo thêm!

Hắn đi xe lửa. Chuyến tàu được dừng lại nhiều ga cạnh rừng. Tàu kéo theo trăm khối gỗ, trăm bao than nhờ đốt rừng chặt rừng giữa đêm khuya. Bao than to hơn cả con người ta! Họ không tha bất cứ cây gì, dù là cây con.

Cha mẹ ngồi trong con tàu đó, tha hồ ném thức ăn, rác bẩn qua ô cửa. Những đứa

Cổng Hoa Lư / 65 x 65 cm - Oil painting by DƯƠNG ĐÌNH HÙNG

160 . DƯƠNG ĐÌNH HÙNG

con ném theo. Người lớn đang dạy những đứa con mình tô điểm màu sắc thảm cỏ bên đường, con đường dẫn dắt hắn về lại quê nhà. Hắn mơ thấy rừng rú quê nhà. Lòng buồn mênh mang.

Người chị dâu đã về quê biển, chỉ còn hắn sống chung với những người dưới mộ trong vườn. Hắn sơn sửa lại một phần nhà từ đường, một thời cháy đen, cháy luôn gia phả họ Đinh.

Hắn tiếp tục cấy lúa trên mảnh đất tròn trịa đường kính vài trăm mét. Mảnh đất xưa kia là đá, hàng trăm tấn bom dội đều xuống, hất tung đá lên trời, lóc ra đất thịt vàng nâu bên dưới.

Nhiều hố bom sâu thẳm gần suối, sâu đến mạch nước ngầm trở thành hồ nước xanh trong. Hắn mua cá về nuôi. Cá trên thượng nguồn dòng sông xanh kia nay đã tiêu dần vì môi sinh ô nhiễm. Người làng sơn cước sống được, hắn sống được.

Cô gái chỉ cho hắn cách trồng củ khoai mì. Bàn tay trắng nõn nà cầm thân cây mì: "... Phải cắm sâu có độ nghiêng 45 độ. Khi đâm vào, anh cảm nhận có vật cứng cản đường phải dừng lại ngay. Có mìn bom bên dưới!".

Cô nói tiếp :

- Anh mà cắm đứng thẳng, loạng quạng gặp mìn là anh đi đong, anh tan xác đời anh.

Phượng chỉ khu rừng căn dặn:

- Anh không nên vào rừng một mình. Cứ gọi em chỉ đường. Tốt nhất anh đi trên dấu vết xe bò.

Có bao nhiêu người chết, bao nhiêu người thương tật vì bom mìn khi làm rẫy sau chiến tranh?

Không ai trả lời được.

Họ, những người không được ai chỉ đường, nên phải đi trên dấu vết trâu bò đi. Khi trồng củ mì, nên cắm nghiêng nghiêng 45 độ.

Phượng cho hắn nhiều kinh nghiệm sống nơi đây. Họ thành bè bạn. Hắn thường hát tặng Phượng khúc nhạc:

"Mai sau ngồi nhớ trăng tiền kiếp
Sẽ thấm, sẽ thấm vô cùng cuộc biển dâu...".

Hắn cùng Phượng mở thêm lớp học ngay tại nhà thờ họ Đinh cho những đứa bé chăn trâu, cho những đứa trẻ vùng cao. Họ dạy chúng trồng hoa trong vườn, ngoài đường. Chiều đến dẫn dắt đám trẻ ra đường làng nhặt rác rến trên lối đi. Cô gái bảo hắn:

- Nếu khi còn bé, đứa nhỏ được dạy thương hoa lá, dạy trồng cây trên lối đi chung ngoài phố, lớn lên nó không đốt rừng, giết thú. Dạy lượm rác bẩn, lớn lên không thích vất rác ngoài đường, không phóng uế xuống dòng sông.

Phượng kể: "Xưa kia nhà em bên dòng sông Son gần chân núi, nơi có nhiều hang động đá vôi. Nhà bên hữu ngạn sông Son, có lắm xe thời chiến dừng chân. Chồng em bộ đội, em cô giáo làng. Thời tụi em gặp nhau chỉ nghe tiếng đạn réo, ngủ dưới hầm sâu. Ngày thái bình, em theo chồng vào Nam. Đâu biết nhà chồng trên buôn này, trên cái sóc nghe tiếng vượn hú đêm về. Chiến tranh có lắm chuyện!".

Giỗ trăm ngày anh, chị dâu cúng ở nhà mẹ miệt biển, không cúng ở nhà cũ trên núi cao. Có lẽ chị muốn khoe ngôi nhà mới, mấy ngôi mả mới, thằng Trâu sẹo ở Mỹ về, vừa xây xong. Hắn và Phượng đến cúng.

Ngôi nhà mới sang trọng lộng lẫy trong

cái làng biển. Nổi bật vì nhà dân chung quanh nhiều vách đất mái lá.

Những nhà mới, màu sắc chói chang, kiến trúc vá víu không giống ai, nhưng giống nhau ở chỗ... chính giữa phòng khách có giàn karaôkê lớn la hét inh ỏi.

Trên tường có bức hình chụp Trâu sẹo mặc áo vua, ngồi ngai vua. Hắn thuê áo vua, mặc vào đi nghênh ngang ngoài phố, ghé thăm làng xưa. Có hình Trâu chụp cạnh chiếc xe hơi Mercedes 350, bên trên xe hơi phơi cá khô!

Cái thằng mau giàu nhờ đi đánh cá vùng Lousiana. Xưa một thời nó đi chăn trâu, rồi đi thuyền cá, một thời đi hoang. Trâu ngồi chung bàn với bạn cũ, mặt đỏ, ông bác sĩ phòng cấp cứu kiêm nghề thầy địa lý ngồi cạnh.

Trâu nói lớn cho nhiều người nghe:

- Nhờ bác sĩ kiếm giúp gia phả dòng họ em, sang năm em về lại.

Bác sĩ nâng ly, bác sĩ cười:

- Mới bao năm, đời nhiều thay đổi quá!

Hai người tiếp tục dạy học trong thôn làng A-sa. Tiền bán nhà đường Kỳ Đồng, hắn xây dựng một căn nhà khang trang đủ chỗ cho mấy chục cậu bé ngồi học, ngồi nghe hắn hát, ngồi xem video. Mua một máy phát điện, đào giếng sạch có máy bơm, làm hai nhà vệ sinh cho học trò nam nữ riêng biệt. Nhà vệ sinh sạch như phòng học.

Mảnh đất bốn mẫu đầy đá tảng đen giờ đây thành hồ nuôi cá. Cá lớn bán khá tiền. Chục thửa ruộng bom dội những hố tròn lạ mắt. Nhiều người đến giúp hắn trồng trọt.

Hắn đào gần năm mươi cái mồ nằm rải rác trong vườn lên hỏa táng, xương cốt bỏ trong bình sứ, chôn cuối vườn. Mảnh đất nghĩa trang nhỏ bé nhưng có cỏ xanh quanh năm, có hoa phượng khi hè về, có hoa trắng tím sầu đông... Hoa rừng thì vô kể xanh vàng tím được đem về trồng phủ mộ phần.

Hôm hỏa táng trên huyện xã về dự, họ thắc mắc lạ lùng việc hắn làm?

Hắn kiếm đâu được cuộn phim video chiếu cho họ xem. Xứ Úc rộng gấp chục lần nước ta, giàu có tài nguyên bậc nhất thế giới. Khi chết 15 - 20 người chôn một mồ. Hắn nói:

- Vườn tôi nghèo nên phải bắt chước

người Úc hà tiện để đất trồng cây.

Khúc nhạc hè giục giã, âm thanh vang lên xuống, nhạc công là đám ve sầu trong khu vườn nhiều hoa phượng đỏ của từ đường nhà họ Đinh. Nắng và cơn nóng khó chịu, gió Lào thổi. Phượng đã dẫn con về thăm quê ngoại ngoài xa.

Con suối sau vườn chỉ còn dòng nước cạn trong. Hắn đi sâu ngược con suối. Lần đầu tiên kể từ một năm qua trở về làng cũ.

Hắn nhìn đám lá môn lớn phủ kín cái hố cuối suối, nơi đây là sào huyệt loài quạ. Thân cây môn to bằng cánh tay người. Lại gần vén nhẹ vạt lá môn, hắn giật mình đứng lại vì đám quạ đen ở đâu bay vụt lên trời như một trận cuồng phong.

Cái đầu hắn lắc lư vì có luồng điện tê nóng chạy từ đôi bàn chân kéo dài tới đỉnh đầu. Nước khe suối nóng, nóng vì trời đất. Hắn chập choạng bước sâu vào chỗ đám quạ bay lên. Một thân người ngồi đó, còn lại đám xương khô, đôi bàn tay ôm kín đỉnh đầu. Nhờ cây lá giữ vững thế ngồi.

Một người chết. Có thể trốn tránh đạn bom? Chắc lâu lắm rồi còn lại bộ xương. Lá môn xanh kia không đủ che kín thịt da người, làm mồi cho đàn chim qụa.

Hắn trừng mắt ngơ ngác nhìn cái bàn tay phải. Bàn tay thiếu hai ngón giữa và trỏ. Làng A-Sa này chỉ có một mình Thọ cụt ngón. Đinh Thọ anh mình.

Bước lại gần vuốt nhẹ bàn tay cụt, bỗng dưng khối xương gục xuống, đẩy nhau xuống, đùn lại thành khối xương cốt rã rời. Hai mươi năm người anh ngồi chờ em đón về!

Hôm làm ma chay anh Thọ, Phượng ngồi cạnh hắn, có nhiều chú bé bao quanh. Phượng kể lại vùng quê nhà xưa cô mới vừa về thăm. Vùng cao bên dòng sông Son, có nhiều hang động đá vôi. Hang động này là di tích nổi tiếng nhất tỉnh. Bây giờ có nhiều du khách nước ngoài ghé thăm mỗi ngày.

Động sâu thẳm đẹp lạ kỳ kéo dài mười mấy ki lô mét. Lạ kỳ đến mức không có nổi cái phòng vệ sinh sạch cho du khách tham quan.

Chuyện thương tâm của tám người thanh

niên xung phong bị chôn sống trong cái động, động bị bịt kín bởi tảng đá to đùng bằng cái nhà lầu năm tầng, khi máy bay ném bom. Thời đó người dân làng nghe được tiếng than, tiếng rên siết cuối cùng của tám người trước khi chết. Không thể chuyển thức ăn vào bên trong được. Giờ đây người ta tháo được tảng đá lớn bịt kín, hiện ra tám bộ xương khô, khác gì bộ xương khô anh Thọ giữa hố bom.

Chuyện lạ khác: thành phố mới mọc lên có quá nhiều dinh thự màu mè sặc sỡ, khoe khoang ra tận đường phố. Kiến trúc thì lộn xộn, mái nhà kiểu vòm cung nhà thờ nước Ý, đỉnh nhà tròn giống nhà thờ Hồi giáo, cánh cửa cong cong Hy Lạp, kiểu nhà Tây phủ kính bóng bóng trồi lên bên mái nhà dột nát người dân nghèo... Bãi rác văn hóa mới.

Tội nghiệp không thêm được một nhà máy cho người tất tả đi kiếm việc làm. Sáu bảy em bé ngồi chung bàn để học. Tội nghiệp xóm chài đối diện nhà Phượng ở, nơi thượng nguồn sông Son, không ai biết chữ. Không đứa bé nào được đi học.

Hắn phân bì với Phượng:

- Xóm chài tỉnh cô còn có đất để ở, còn có chỗ đi phóng uế. Vạn đò trên dòng sông quê tôi, không có đất ở, không trường học, không sách báo. Làm sao biết thương con cá lòng tong chết ngộp dưới sông kia? Họ chỉ biết phóng uế xuống đấy. Tất cả, không ai chịu trách nhiệm!

Những đứa trẻ của hắn và Phượng bắt đầu biết đọc, biết trồng hoa lá. Ở nhà, biết cản ngăn khi cha mẹ đốt rừng, biết lượm rác, biết làm công việc vệ sinh hàng ngày. Hai thầy cô trẻ thường dẫn đám trẻ xuống núi thăm thành phố đẹp.

Họ thường rảo bộ dọc bờ sông xanh đó. Thằng nhỏ đen cháu Phượng la to:

- Tại sao ở đây thối quá thầy!?

Hắn thầm nghĩ thằng bé cà răng căng tai này giờ ngửi biết được mùi thối rác phân người. Hắn trả lời:

- Thối vì người ta không biết giữ sạch, vì người lớn không làm và không dạy trẻ con lượm rác, không phóng uế bừa bãi!

Hắn lặng nhìn dòng sông có chục vạn

Ký ức / 60 x 100 cm - Oil painting by DƯƠNG ĐÌNH HÙNG

170 . DƯƠNG ĐÌNH HÙNG

chài sống lênh đênh trên đó. Rác phân người trôi về đâu? Chính giữa lòng sông cạn dần vì rác rưởi chất chứa nhiều đời. Cồn Rác nhân tạo ngồi ngó cồn Bắp.

Bên trên cổ thành kia, thầy đâu dám đưa học trò lên ngắm nhìn thành phố, nhìn kiến trúc một thời cha ông in dấu, vì trên đó còn nhiều rác bẩn hơn cả bến cỏ sông này.

Tụi nhỏ vùng cao không chịu nổi mùi hôi thối, quay mặt lại thèm thuồng nhìn ngôi trường đại học, trường kiểu mẫu oai phong, nhìn học sinh sinh viên vào ra. Nhìn đám thanh niên nhả khói thuốc lá, suốt ngày uống cà phê, tối nhậu nói phét chuyện đá banh.

Tất cả đều hững hờ!

Phượng chỉ ngôi trường đại học nói:

- Họ sắp phá trường đại học để làm khách sạn, tụi con nên đến gần nhìn lần cuối.

Thằng bé đen hỏi tiếp:

- Tại sao mấy học trò lớn ở đây không trồng hoa ở đường phố như làng A - Sa mình?

Vì đường phố nơi đây có quá nhiều khoảng trống vắng? Vì không đủ sức? Vì không người trồng? Vì nhiều người bận bịu?

Quả thật ai nấy đều bận!

Họ bận phải vào sân bóng. Chiều đá bóng, công sở trường học gần như đóng cửa.

Họ bận làm mả mồ, tìm tra gia phả.

Mấy o dì bên chợ bận mơ thấy bướm chim cho số để ngày mai xổ. Đời sống có nhiều tiếng than dài nghèo khổ, nhiều tiếng hỏi "vì sao và vì sao?!".

Hắn ngước nhìn tấm bảng ghi "Thành phố xanh và sạch" treo bên hông bệnh viện. Hắn vào viện gặp ông bác sĩ phòng cấp cứu. Bác sĩ trông hồng hào trẻ ra. Hắn hỏi:

- Gia phả thằng Trâu sẹo, thầy tìm thấy gì chưa?

Ông cười nói :

- Ông nội thằng Trâu, xưa kia ở Đá Bạc, cơn hồng thủy năm xưa cuốn trôi nguyên cả làng làm mồi cho cá, có cả ông nội nó trong đó. Giờ trước Đá Bạc có cái đảo nhỏ có mấy trăm bài vị phai màu. Khó đọc ra, khó tìm bài vị ông nội nó quá. Ba nó thoát chết vì đi chăn trâu trên đồi trọc. Ba nó là cựu thủ lãnh đám chăn bò trâu bảo vệ mồ mả, lấy tiền mãi lộ. Không cho tiền, đạp nát mả mồ. Ông ta có tiền cưới vợ dưới biển rồi đi đánh cá. Mấy mươi năm trước đây cái làng thằng Trâu chết khá nhiều vì đói. Cái thời ba nó chết chỉ có chiếc chiếu bao quanh chôn sau vườn, gần mấy cây dương liễu.

Đêm hôm đó, tụi nhỏ khoái chí nhìn người ta thả hàng ngàn hoa đăng trên dòng sông, cảnh sắc lạ lùng. Phượng giải thích:

- Người ngoại quốc chỉ cần bỏ ra vài đô, họ có thể xem cảnh đẹp. Chỉ tội nghiệp dòng sông xanh có thêm ngàn miếng rác rưởi chìm sâu xuống. Đời khổ càng khổ thêm! Không ai chịu trách nhiệm cả. Dân cổ thấp xả rác, dân cổ cao cũng xả rác. Đêm nào cũng hoa đăng cho mau có cồn Rác!

Sáng mai họ dẫn tụi nhỏ ra tắm biển cạnh phố thị, gần làng chị dâu hắn.

Bãi biển trắng đẹp nhiều rác bẩn. Người đánh cá còng lưng kéo ghe lên bờ, bắt nhiều con cá lớn bằng điếu thuốc lá. Có đám trẻ thích xin ăn không chịu đi học, có người đàn bà trẻ ẫm đứa bé lên ba cúi lạy nói hai chữ tình thương.

Phượng nói to :

- Chị không được hành hạ đứa nhỏ dưới nắng biển nầy. Tội nghiệp thằng nhỏ!

Hắn suy nghĩ, người ta đang dạy trẻ thơ đi ăn xin lúc còn bé, giống ba thằng Trâu đã học cách xin tiền từ thời bé thơ, khi có người viếng thăm mồ mả. Ai chịu trách nhiệm?

Làng biển thằng Trâu giờ đây có thêm hàng ngàn ngôi mả sang trọng, đắt tiền. Người ta không chịu thua nhau! Thằng Trâu chơi trội. Người ta hứa hẹn còn làm hàng ngàn ngôi mộ tốn tiền hơn nhiều. Đời sống đang khoe nhau cái mồ, cái gia phả, cái giàn máy hát Karaôkê.

Tiền làm mồ mả thừa làm một nhà máy nơi đây, mua hàng chục thuyền đánh cá lớn, có thể ra khơi xa bắt những con cá lớn. Cá lớn thoát cá nhỏ bị bắt sạch. Người ta khi có tiền dễ quên. Quên cả mới hôm nào thoát chết đói không ngờ!

Từ bữa đó, hắn ít xuống thành phố. Hắn ưu phiền, lòng quặn đau vì cái không gian đang sống có nhiều điều lo âu. Cây con trên núi bị đốn sạch, cá con dưới biển đâu còn, thành phố lắm rác bẩn.

Hắn vẫn hát, thổi kèn, học chung cùng bọn trẻ. Hắn chiếu phim video về những thành phố lạ cho tụi nhỏ xem. Trên tất cả thành phố hiện đại hôm nay, họ chỉ cần một building lớn - một city hall chất chứa đủ hết gần toàn bộ các ban ngành, chứ không như thành phố quê Phượng. Hắn nói với tụi nhỏ:

- Chuyện rác rến dưới phố là chuyện nhỏ, vì khi tụi con lớn thừa sức làm sạch, nhưng những cái kiến trúc chấp vá quái lạ trong thành phố kia mới là nguy hiểm. Cái đống rác khổng lồ đời đời nằm đó, khó dọn sạch! Các con và kiếp sau khổ sở nhìn ngắm mỗi ngày.

Vùng nóng cháy Arozona, cái sa mạc Do thái..., đất khô nóng, đầy sỏi đá giờ trồng đầy cam quít. Cái hang động núi lửa hai trăm mét có triệu người xem, không giống hang động quê Phượng, cái kho tàng vô giá trời cho - không có được nhà vệ sinh sạch. Không khách sạn sạch để du khách ngủ lại chơi bên dòng sông Son, chỉ có con đường lổm chổm đá, chỉ có được đám ruồi xanh bay lượn trên bát cơm, phở.

Du khách một lần đến động, rồi không bao giờ quay lại.

Có hôm hắn chiếu thành phố Singapore, nhiều người kính phục cúi đầu vì cái sạch. Hắn nói cho bọn trẻ hiểu:

- Hai mươi năm trước Sing còn tệ hơn thành phố chúng ta nhiều. Tài nguyên của họ chỉ có không khí với cái đảo nhỏ xíu hai triệu người. Thành phố mình mấy trăm ngàn dân dễ làm việc đó quá, làm thành phố sạch. Singapore bắt đầu từ cái chuyện giải quyết chỗ ở người dân, chuyện dạy học trò như các em biết cái sạch, tập làm sạch. Thầy mất hai mươi năm mới tìm được bộ xương anh mình. Chuyện rác rưởi, bắt cá dưới sông chặt cây trên biển lớn lắm, tại sao bỏ qua? Dù có mất thêm hai ba mươi năm nữa, bây giờ phải cấp tốc làm ngay. Di tích quý thường cũ, nhưng cần đòi hỏi nhà vệ sinh mới sạch, cần thiết có những con người mới, người sạch. Người lớn hiểu chuyện nầy. Đài Loan, Đại Hàn họ giờ đã là những con Rồng, họ chuẩn bị giáo dục cho các trẻ thơ từ thập niên sáu mươi, giờ đây mới được. Thầy vẫn tin chuyện nầy nơi các em!

Hắn khổ tâm khi nghĩ đến cái cây cổ thụ trên đường về bãi biển. Cây có cả trăm năm giờ đây họ cũng đốn ngã. Đời người có mấy chục năm, đời cây muốn có phải mất trăm năm, có cây cả ngàn năm.

Biết bao hàng rào chè tàu, hàng cây dâm bụt phủ quanh ngôi nhà, dinh thự giờ đây được thay bằng những bức tường vô vị. Họ không hiểu hết giá trị đích thực hàng rào cây. Giá trị hàng rào cây gấp chục lần hàng rào bêtông, phải mất hơn chục năm mới có được.

Hắn thường cầm cây đàn ghita, rồi hát khúc nhạc buồn:

Em chui rúc thiệt thòi
Trong khoảng không tuyệt vọng
Ta loay hoay một đời
Nơi lồng lộng trần gian...

Sương mù còn đọng trong làng A - Sa buổi sáng đông lạnh. Tiếng nổ lớn từ vườn nhà từ đường dòng họ Đinh đánh thức rừng rú. Thân xác hắn bị bắn tung lên cao, hàng trăm mảnh đạn M79 ghim vào cháy đen. Hắn chết liền tại chỗ bên góc bụi chuối. Có bó hoa trang đỏ bên mình, có lắm bông chuối đỏ. Có thể hắn vừa ngắt hoa trang gần phiến đá, đánh thức bom đạn sót lại trong vườn.

Tiếng nổ làm tan nát bụi chuối, hoa tím đỏ rơi rụng phủ người hắn. Dòng máu đỏ lan trên đất vàng khổ nạn. Không còn gì là nguyên vẹn. Chỉ có đôi mắt trân trân nhìn đời, nhìn đám mây xám đen trên trời, nhìn về dòng sông, nhìn Phượng và đám trẻ thơ trong vườn. Chết không chịu nhắm mắt. Trang cuối gia phả dòng họ Đinh.

Phượng khóc, ngậm ngùi vuốt nhẹ bờ mi hắn:

- Em hứa tiếp tục việc anh làm, lớp mẫu giáo trong từ đường họ Đinh nầy. Chuyện rác rến dưới phố, chuyện trên rừng dưới biển, em sẽ nói hàng ngày với tụi nhỏ...

Đôi mắt hắn từ từ khép lại. Có dòng nước mắt máu lăn xuống như muốn tạ từ người. ✔

DƯƠNG ĐÌNH HÙNG

NOSTALGIA

AN ANTHOLOGY OF SHORT STORIES

TRANSLATES BY
NGUYỄN THANH TỊNH

Tìm quê

TẬP TRUYỆN

DUONG DINH HUNG
93 Suong Nguyet Anh Street
District 1
Ho Chi Minh City
Vietnam
Tel: 84 8 8325708

NGUYỄN THANH TỊNH
Sinh năm 1950 tại Huế.
Mất ngày 20/11/2004 tại Sài Gòn.

Đã xuất bản:
DU TỬ CA
(NXB Văn Nghệ, 2002)

1.
Nostalgia

Áo trắng / *70 x 100 cm - Oil painting by DƯƠNG ĐÌNH HÙNG*

There were four of them, four doctors: Pham Nguyen, the father and his three sons Phuoc, Loc and Tho*. A family of great success, wealth and various names but solely called, since they resided in this country, as 'Doctor Pham' – the Pham's.

The house was bustling with people. The luxurious house was located on a hill looking down the panorama of Waikoloa village, a village reserved only for the wealthy in the United States. It had been purchased just to be left unoccupied. Its owner traveled to Hawaii to get some sea air and play golf once or twice a year. The world paradise

* *(Phuoc, Loc and Tho) Fushoulu, three beneficent star gods in Chinese religion. (Loc) Shou Xing, (Phuoc) Fu Xing, and (Loc) Lu Xing are respectively the gods of longevity, happiness, and salaries and employees, and normally appear as a threesome.*

always offered various dreams.

Doctor Phuoc and his three sons were running after one another, playing rugby on the front grass. The kids were shouting, with an American accent they twittered and twittered like birds. The kids could not stand the very smell of braising fish in fish-sauce and the stench of Mam Ruoc (salted tiny shrimp paste) prepared by their grandmother. The kitchen was designed in combination with the dining room and living room. They cried, 'Thui qua, thui qua!' ('What a stink!').

The Vietnamese language of the kids who lived abroad sounded funny due to their difficulty in pronunciation. While running outdoors to play, they pulled their mother of American origin along with them. They could not stand the very smell of Mam Ruoc, a dear and rare food to be used in braising fish in fish-sauce only when Phuoc, the dearest son, came there to see his mother. Phuoc was fond of Hawaiian tunas, scads and having more than one wife.

The front side of the house was sheltered

by a big screen made of bricks. Its architectural style was different from those on the island. A thick fence of hibiscus with red flowers surrounded the house.

The garden was grown with longans, mangoes, oranges, arecas, bamboos, etc. A big rockery was full of flowers. Their owner, Dr. Pham Nguyen, wished to create garden scenery of Hue style on this land so as to recollect the past at his old age.

The garden scenery had come into being for three years since he fled the Mainland, got rid of a land full of deaths and horror.

His younger sister was shot dead three years ago together with her children and husband right at Pham Tho jeweller's. All his family members might be shot. He fled to this island, an island with a few Vietnamese residents and a few murders with the hope that he might be alive for a few more years.

It was on this island where only wild boars which destroyed crops were shot. Every day on the island there was a helicopter flying over the mountains in search of mountain goats, a kind of devastating animal which disturbed the flock of rare birds, destroying the beauty endowed by nature.

At the thought of his younger sister's gloomiest day, he felt his hands chilly and trembling.

The sun was high. He looked up at the snowed mountain in the distance, arranging pincers, scissors and gardening knives in order. Such big and heavy type of knives and scissors had now replaced his scalpels and surgical scissors. Gardening seemed easier for him to be accustomed to since he retired from practising as a surgeon.

A lunch with sweat, sweat from the bitterness of mullets braised in fish-sauce. Intermittent smacks from Phuoc – Dr. Pham Nguyen's first son, fond of working - working all the week except Saturday night reserved for dancing. He had a lot of sweethearts, much money, and so much money that he forgot time and neglected his wife. His wife left him. Being divorced twice, he still had too many girlfriends.

His third wife was having meal with the two children of his ex-wife. They were eating roast chicken – Halu – Halku chicken. The chicken was cut open, like an opened dictionary. It was roasted in a manner that everything, including the chicken's head and the viscera, was left unused except for chicken bones, skin and flesh. The aboriginal on the island often flavours it inside and outside with spice of crimson like five-spices powder. It is roasted on a rotating device, as big as a tractor, installed on a crowded pavement. Its flavour smells like that of a roasted chicken over pavements of Saigon city.

The father's wife with a few black hairs left sat looking at her children and grandchildren eating. Her hands were busy intertwining red and white Frangipane flowers into leis, Hawaiian leis, traditional leis to be worn around her grandchildren's necks as prayers for luck and safety. Everyone was going to Kona airport that afternoon to meet somebody.

He glanced at those leis, nodding his

head. 'You've just picked all flowers off my Frangipane tree, my dear!'

The old woman smiled, 'It costs US$35 for these seven leis in the market, and I've to pick your flowers then.'

He thought to himself, 'The more they become rich, and the more they turn thrifty. Only thrifty persons may become rich.'

At dinner that night, the deserted house resounded with chatting voice of the family members.

Loc's wife, from the South of France, was residing in the neighbourhood of Paris. Her brown and black hair is different from the glittering platinum blonde hair of Tho's wife. She's a Swedish, residing in the US.

While being French-hybrid, her two sons liked eating nuoc mam (fish-sauce). They were sitting with their grandmother at the end of the dining table.

There were 13 persons at the dinner. They listened to various languages spoken among them: English, French and Vietnamese, but there was no key language in their conversations. There were different dishes since their tastes were not the same. Just as their hair colours and complexion are not identical. The native land of their grandparents was too far-off. This temporarily adopted land might become the native land of the boys with different tastes: a land of differences – a melting-pot.

That was the first time the house witnessed a gathering of all the family members.

The three daughters-in-law were not Vietnamese - three respective wives of the three doctors, Jimmy Pham, Billy Pham and John Pham. Their names were no longer Cu, Cot, Keo, etc. They only called one another 'toi' and 'moi', you and me.

Loc broke the silence, 'Let's play cards, Daddy!'

Loc – having a mania for playing cards – graduated from France as an acupuncturist, with a lot of French clients. They played cards at weekends, played cards throughout

Saturday and Sunday, all Sunday night. Not until early Monday morning did he drive back to his consulting room, 100 km away from Paris. Sometimes we have a passion for doing something just to forget life, to forget other obsessions.

He shook his head. Only his wife responded with her radiant face. She suggested, 'How about Tu Sac*?' Perhaps it had been a long time since there were enough players for Tu Sac. What an island! – no bosom friend to talk to her, no longer in an excited state of playing To Tom** and Mah-jong as in those days.

'Go to bed early, swim in the sea tomorrow morning!' proposed Tho. With this, he stood up and, together with his wife and the kids, went into the bedroom for a sleep.

'It's Tho,' Pham Nguyen remarked, 'who is crazy about the sea, diving to watch shrimps and fish in the deep. He came to this

---

* Four colour card game.
** Card game of 120 cards with five players.

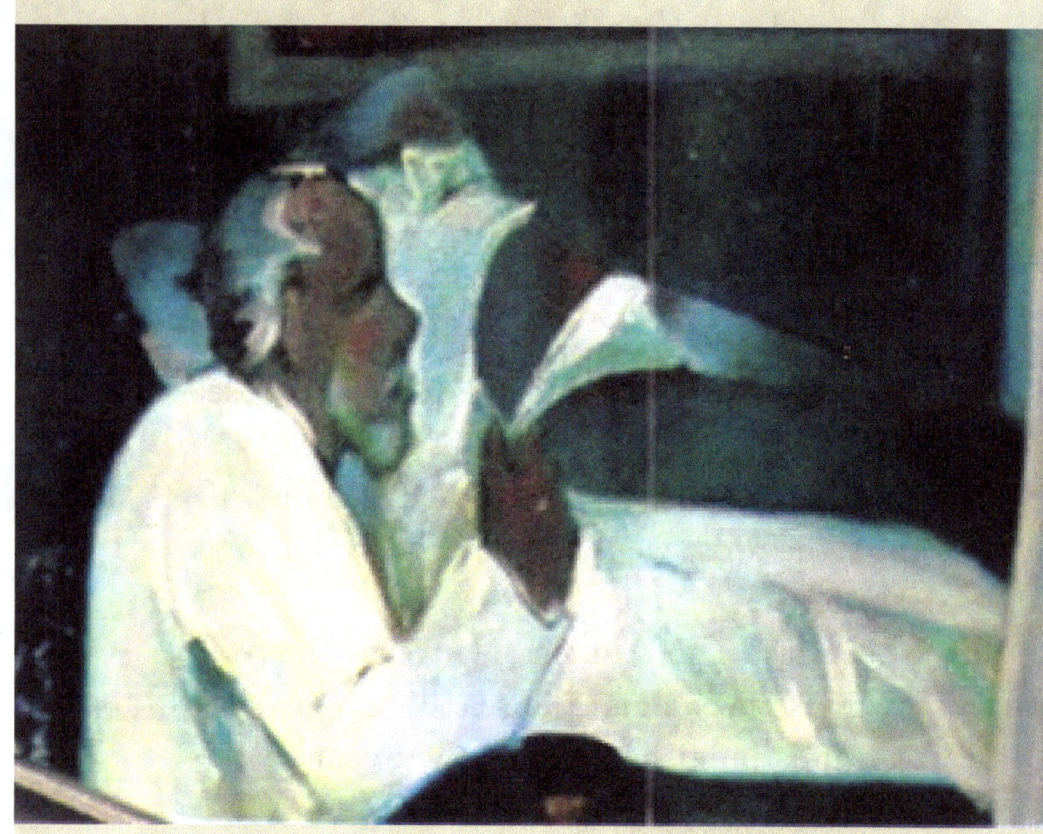

Giáo sư Mac Carthy / *80 x 120 cm - Oil painting by DƯƠNG ĐÌNH HÙNG*

190 . DƯƠNG ĐÌNH HÙNG

island to see us just only because he loves the sea. It's not so good.'

At his bedtime every night, Dr. Pham recollected Nha Trang, its blue sea with coconut trees, just as beautiful as that of Hawaii where he was living. He recalled Nha Trang hospital where he used to work when he was young, where he used to have a bath in the sea before going to work in his operating room. The Nha Trang sea water was blue and clear and different from the water from Hawaiian sea of light green, the colour of coconut juice in Hawaii.

Tho is somewhat like him in character when he was young: crazy about the sea.

Again, he recollected the white sand of Dai Loc area, next to his village, the sound of the waves splashing day and night over Tam Giang Lagoon near the village. He felt melancholic and could not sleep, but kept tossing about in bed all night.

On the next morning, his Swedish daughter-in-law took her two children into the garden to pick oranges and grapefruits. Rustling was heard in bushes and plants, Aquatorim flowers were quivering slightly. There were strange sounds.

'Cobra, snake over here!' she cried out.

Her father-in-law came running to explain in American language: 'There's no snake on this island, dear. They're weasels only. Several years ago the government released thousands of weasels around the island to kill mice. Mice were too abundant, destroying crops of the inhabitants. While weasels went hunting their preys, mice slept and vice versa. It was difficult for weasels to meet mice. The only way weasels could do was to hunt snakes instead. They ate so many snakes that there was no snake left on the island. Since then weasels had multiplied rapidly everywhere on the island. Mice had grown up everywhere on the island. Poisonous snakes no longer existed on the island. What a pity!'

All the members of the family were gathering in the garden to find out what had happened. They were listening to the story about snakes. The doctor showed his sons and grandchildren around the two-hectare-garden. Particularly, he showed off his garden scenery, with a rockery which he had taken diligent care of for the last three years.

The area of his garden was ten times the width of the house he was living in. In the garden there was a high artificial hill of volcanic rocks, which he had hired tens of aboriginal inhabitants to carry in. On the top of the hill existed a fishing house by the Huong river of King Duy Tan's style. Around the hill, a small stream was created, perhaps as a reminder of that river.

The landscaping included several Vietnamese temples and pagodas. The garden revived his childhood spent in Nguyet Bieu village opposite Thien Mu pagoda. Each of the memorial sceneries was accompanied with a phrase of white stones. The pure white stones he picked up in the sea. The white phrases read: Thien Thai Mountain, Ke Mon temple, Lon Bridge, Tay Thien pagoda, etc.

He explained and interpreted what he had been doing there to the bewildered faces of his grandchildren. The history of that far-off country remained controvertible. The place where he used to live was home of his previous incarnation where he sometimes desired to be back. He wanted to burst into tears. His grandchildren wanted to go to bed.

Perhaps, the only home image left in the memories of his three sons was Nha Trang and not his garden scenery. The primary school by Hon Chong seaside, the memories of school-days under Taberd high-school next to the church, the love with a British lady, etc. Ke Mon village was famous for its exclusively traditional trade of processing and selling gold and his sister used to earn her living by this trade. It was a pity for her to die tragically from gold. He recalled the temple built by a small river. Such land had actually slipped their memories as a far-far-off land. It might become a legend in the mind of his grandchildren. They had their own ways of living: having a lot of hamburgers, sandwiches, cheese, bread instead of white cooked rice and other things.

At the last farewell dinner for his sons and grandchildren, there were Northern Pho, Bun Bo and Nem.

'There are,' he explained, 'well-known Vietnamese names, crossing the national frontier to become internationalised: they are Pho and Nem.'

An appellation that cannot be rendered into any foreign language but it wins the popularity. Thousands of Pho and Nem restaurants right in Paris, the US, Australia, etc. The signboards of 3 – 4 meters long are written with only a big word Pho or Nem.

Pho is cooked with beef, Hu Tieu My Tho with pork while Bun Bo, a dish in front of his son, includes both beef and pork mixed together through Ruoc (tiny shrimp paste) seasoning.

His daughters-in-law and grandchildren liked Pho. His sons liked Bun Bo and Nem. The garden he created as a kind of Ruoc seasoning used to harmonise the ideas of his sons and grandchildren about the far-off land.

Sitting alone in the house, he admired the sunset drifting swiftly down to the sea. Below, golf players were leaving their golf-court at the bottom of the hill. Far away, thousands of cherry blossoms in full bloom were seen in a Japanese garden, in the centre of the city. Again, he thought of his garden as compared to Ruoc, kind of seasoning used to combine beef and pork. There was a drop of tear on his cheek. Something of melancholy. Something of self-pity.

The cheerful days elapsed so quickly and a New Year just came round. How many years had passed while he still failed to integrate well? He had to undergo a frigid life in the house with a garden full of memories.

Two years later, his wife left him quietly: myocardial infarction! On the afternoon of that day flowers and fruits in the garden were in bloom. His three sons came back just in time to lay their mother to rest at the cemetery newly built at the bottom of snowy Mauna Loa mountain. The lonely tomb faced west of the island – facing the land where she was born, half of Pacific Ocean away. Why too far?

'You're the first Vietnamese resting here,' he whispered.

The corpse of his wife was cremated on the other side of a volcano. He picked some of garden fruits: custard apples, papayas, mangoes and rambutans and arranged them in a tray as offerings to his intimate and beloved wife – a person who had accompanied him almost a span of life.

Evening had set in. They were craving for Kailua–pig, a kind of pork stewed by the aboriginal in volcanic cinders. The pig was wrapped in banana leaves, buried in the soil and surrounded with piles of hot cinders for twelve hours. The pig head, skin, and fat burnt to liquid except flesh and bones, separately.

They were eating Kailua – pig with appetite. He smelt something burnt the burnt smell of human flesh, of pig flesh. He sat still, deep in meditation. His teardrops tasted sharp.

By the end of that year and from that luxurious house emitted a stench. A corpse was found almost disintegrated for over five days by a small stream. Its head was banged to Thien Thai Mountain – a last and quiet farewell.

The three sons of the doctor were unable to come back to lay their father to rest just as they did with their mother. They were all busy taking their holidays at the end of the year.

On the day of the doctor's funeral, no prayers were said for the peace of his soul, no drop of tears were shed, there was only the garden full of memories standing still in melancholy. Melancholic as it failed to accommodate all the ephemeral lives, failed to tell his descendants in time and in detail all about the way of living of Vietnam today. ✔

2.

Three ladies on the other side of a corn-hill

Biển động / 70 x 100 cm - Oil painting by DƯƠNG ĐÌNH HÙNG

There was sufficient light for me to see a lady almost naked sitting in the bed. A red towel covered the middle part of her withered and skinny body, with ruffled white hair. She was looking out of the window. Stepping backwards and by having a close look at the photo from my pocket, I managed to recognise that miserable human being to be exactly my aunt: Aunt Reneù.

Aunt René was the oldest sister in a family with three ladies in Hue city.

I could not remember everything of her long stories I heard at mealtime from my mother when I was a child.

Never before had I met her. She married a French working in a power plant. Around 1945, she went with her husband to Tourane – Da Nang city. Thereafter they boarded a cargo ship to repatriate to France. Not until half a century later did a 70-year-old aunt receive a visit from her niece in a room as tiny as a nostril, on the fifth floor of a rest-home in Avignon, the South of France. I said hello to her in French.

Aunt René gave me a strange look, a weary look of a cow in a drought season. She might take me for an auxiliary nurse of the rest-home or a social worker assigned by a social organisation. 'No body has dropped in on her for ten years,' the person in charge of the rest-home informed me.

I approached her whispering in her ear, 'I come to see you, Aunt Thi. I'm from Vietnam. Aunt Tho's daughter.' (Tho is my mother's name).

In an embarrassing manner, I told her many things - about Vietnam in general, about Hue City: the corn hill, opposite my house, with corn sweetened porridge, with newly built pagodas, etc., trying to hold back my tears.

Her mouth was wide opened revealing a few shining teeth left. I showed her some of the photos she had sent home to my mother, my family photos, and a necklace made of around 0.35 oz of gold given by Aunt Rene as a souvenir to me twenty one years before I got married. Perhaps she might come to understand, understand something in the past about our family.

She embraced and kissed me. How strange it was to experience the feeling of a kiss in our lives!

It was only on this occasion that her niece was allowed to clean her withered and senile body. Sweat from the summer sun of France overlaid a dismal layer over her skin in need of care, in need of her relative's attention.

Aunt Rene resembled an old woman in Buon Me Thuoc, going into a forest to fell trees in the sunshine. Aunt René's complexion was somewhat fair but gloomy, somewhat solitary and grievous.

After combing her hair and dressing her decently so that she might resemble a human being, I called the person in charge of the rest-home asking permission to spend the night there and paid 9 francs for my dinner.

I shared her room of 2m wide and 3m long. There was a small bed, no TV nor radio.

There was a white puppy. Its name was Tina. Perhaps Tina was so sad that it could not bark. There was also a Vietnamese 16-chord zither hung on the milky wall. Her room was the last one on the fifth floor comprising similar rooms where old men and women were living. They almost resembled one another: having weak sight, fond of silence so as to remind them that human life was too short, full of misfortune and predisposed to aloneness. I helped her go downstairs into the garden. It was still lucky there was a garden with twinkling green leaves and some flowers, if not, life was terribly sad there.

After dinner her eyes grew bigger, her face turned cheerful. Perhaps, there had been no occasion for her to eat so much like this. She ate Cha Hue (Hue's beef pie) which I had offered her. Her mouth looked as if she was chewing betel-leaves.

She did not take the viscid soup, minced lamb cooked with beans, served on the dining-table. She only ate a big portion of Cha Hue. We had dinner together with many elderly persons. They resemble one another in their toddling appearance. She spoke French in monosyllables and hesitantly, the 'style' of a prissy old woman. Her Hue accents were too ponderous and obsolete, as obsolete as the lift of that rest-home.

Lying by her side, I took the place of Tina puppy. Tina might feel sad that night.

In a passionate manner, I told her about the city, where my mother and Aunt Chut were living, where their lives were attached to the blue river, and the intimate house with a garden sheltered by a masonry screen in Vy Da area, with a private riverside landing. Over the river, there was a corn hill. Corn was processed into various dishes: corn sweetened porridge, corn soup and broiled corn. Such blurred scenery had certainly left so many memories in the mind of the tree ladies.

My mother, like other Vietnamese people, brought up her children and grandchildren till the end of her life while Western and American people had to be admitted to a rest-home under the care of the government.

Aunt Chut, the youngest sister in the

family, found her own way to repatriate two years ago. Complaining of melancholy and fearing coldness in New Jersey USA, she left her children as well as grandchildren, abandoned premises which her child, who had come there for study, had built up, and ignored her two children's expectation.

Aunt Chut had come back to Hue to live with my mother without the need of any household register. Day after day she went to pagoda to take care of orphans. When going to Hanoi, she borrowed the ID card from my mother to buy a train ticket. She believed that no body wanted to create any difficulty for her. She expressed a wish to be buried properly after her death.

She often said that she would be afraid to be cremated and buried together with unknown bodies. She was apprehensive of cremation, fearful of the heat of fire. She feared such words as 'exile and expatriation'.

The next morning I bought her some necklaces and rings made of cheap metal. She

Trăng mép ly / 70 x 100 cm - Oil painting by DƯƠNG ĐÌNH HÙNG

206 . DƯƠNG ĐÌNH HÙNG

told me that she wished to have something to play with and advised me not to buy gold for her. It was too dangerous as she was alone.

The open air market located in the village stretched along the main road to an ancient church. There were many Arabian dealers. There were many ancient and strange-looking houses of Italian architecture. I did not fail to buy a worn-out tennis-ball and some rubber bands for her to play The and count the rubber bands.

The back of the market was crowded with people, there were various strolling bands playing in the park. There were houses with walls, even with their entrances, completely covered with paintings. In the centre of the village existed an age-old water-wheel of French style.

Sitting by Aunt René's side on the grass in a park, I had a feeling that the warm sunshine made her happier, at least for the remaining instant of life. In front of an aunt, who was once well-known for her beauty, for her playing the 16-chord zither and composing poems but eventually turned to be such a miserable person. I wondered why and why she was so naked!

According to her, her French husband who used to work in a power plant had passed away of liver cancer nearly twenty years ago. Their son in the army had been shot dead, by Arabian gang when he attacked a military post in Africa. Their two apartments in the 8th district of Paris were leased out.

She was so sad that she had to move to Tourane in the South to escape from her past memories. One night on the way home late, she was knocked unconscious and stripped naked by Arabian gang. It was still lucky for her to be rescued and brought into a hospital in time.

In the end, she was transferred to that rest-house. Her monthly pension of more than ten thousand francs was deducted for meal, treatment, food for Tina, veterinary surgeon's fees, etc. and she had no franc left in her pocket. Upon giving her 50 francs to spend I asked, 'You have more than two thousand dollars every month, then why don't you come back to Vietnam to live? Aunt Chut has been back to

Hue for two years now.'

Stress and puzzlement were seen on her face to such an extent that she looked so miserable. Doubt of misfortune persisted in her eyes, especially when reminding her of the homeland she had fled.

I could not help thinking about it. Aunt René's mind had always been obsessed for years by such information as to drive her mad and as a result she denied the homeland where she was born. I tried to calm her down, 'You see, I've come from Hue to see you. I'm all right and can live as tens of thousands of other persons.'

The next afternoon I said goodbye to Aunt René to come back to Nice city. My firm had participated in an international trade fair, with a small booth in the central park, by the seaside in Coâte d'Azur.

At night there were many beautiful girls, cars decorated with flowers, procession of brass bands. There were many misfortunes deep in the sound of the African brass echoing in the crowded streets.

Why did the gap between Aunt René and me remain so big and so distant? I'd better let things run their own course!

In order to relieve my mother and Aunt Chut's lament and expectation I told them part of the story about Aunt Rene, the relationship between Aunt Reneù and Tina. She was still alive, still ate and slept with Tina puppy but she did not play the Ti Ba guitar any more.

On the evening of that day, there were two sisters on the other side of the corn hill going to Tay Thien pagoda, next to Nam Giao Esplanade,* to incense for the peace of the souls of Aunt Reneù and Tina puppy, wishing they had a peaceful sleep in that small bed. 'They' differed only in one thing: in the head of an animal there was no bankruptcy, there was no perish, there was no dying state of the spirit and mind as in the head of a human being. ✔

*Nam Giao Esplanade: place in the ancient capital of Hue where a festival was held to pray for the peace of the country, favourable weather and happiness in which human beings live in harmony with the environment.

3

The journey of ananthology of poems

Bóng cò / 70 x 120 cm - Oil painting by DƯƠNG ĐÌNH HÙNG

The plane was about to land at the airport of Calgary City - a long journey of over four hours' flying time from Toronto. Calgary is best-known for hosting the 1988 Winter Olympic Games. The lofty Rocky Mountains extend into the territory of the US. The Glacier Peak is covered with snow around the year and Lake Louis is in no way inferior to Swiss lakes in its scenic beauty.

The purpose of my journey was, by stopping over in Edmonton, a city in the far north, to hand the anthology of poems 'A Troubadour on the Threshold of Heaven' to a recipient - as I had accepted to hand it over to a so-called 'lifelong-companion' of mine in person (so-called as he is my chum's sibling brother).

It was two months ago, on the day before I flied to Canada, Kim - a friend of mine came in, asking me to hand over the anthology of poems autographed by T.D.L., with the address and telephone numbers of Kim's brother and some messages to him. Thinking that I would stay there long so I accepted it and said, 'With his telephone numbers, I can find out your brother's address and hand it over to him.'

Looking at the anthology of poems 'A Troubadour on the Threshold of Heaven' with the autograph earnestly written on the first page: '...which had been conceived for over thirty years and now the first brainchild has just came into being and is singing as a troubadour on the threshold of heaven.'

Upon arrival in Canada and after looking at the map of immense North America, I realised that it was not so easy to determine where Edmonton was situated. At first, I thought it was somewhere near Quebec, Montreal or Toronto. Finally, I found out that it was in central Province of Alberta, 5,000 km away from Toronto where I had an exhibition of paintings. With a smile, I told myself that I had to be there in any way, as promised before

I left my homeland.

Long and his wife met me at the airport and took me to his house for a stay. His house was situated on a high hill in a deserted hamlet reserved only for the wealthy. Behind the house was a valley full of grass. The grass had turned withered and dry before the cold winter came. Grass seeds fell in late autumn. Unlike in the North America, the grass turned yellow and red in some places in this region. It was rather strange here. The leaves had fallen since ever.

Behind the house there was a ground floor reserved for Long's parents who had come from Vietnam for several years. Adjacent to it was a small yard with a path running down to the valley and dry trees rooted to the soil. Trees looked like fishbone against the grey sky. In the distance appeared some houses standing silently in the cold wind. Far on the high hill, one could see ramps built on a steep where events of freestyle high jumping took place. The ramps were used for competition in the 1988 Winter Olympic Games.

That Saturday afternoon, Long and his wife were invited to Edmonton to attend a reception party for excellent individuals of the province which was held once a year. I took the advantage of this occasion to travel around and hand over the anthology of poems.

Long studied in Montreal, graduated as a doctor of chemistry and became one of excellent specialists of an oil and gas company in this province. His wife was formerly a pharmacist. Since she came here, she studied finance and worked in a bank. There are, all over the world, numerous cases where Vietnamese people are studious and hard-working and become good specialists in foreign countries.

There was no sunshine on that day but chilly wind covering the area along highway No. 2, a Gateway to the North, to the area covered with ice all the year round. Long drove the car, tapping in accompaniment with a Vietnamese pre-war song, sometimes he sang along. Music was his passion, especially playing the classical guitar. He sang and asked, 'Why does it seem that in Vietnam nowadays interesting songs are fewer than before?'

Sitting by his side, I smiled, 'Actually, there are some new and interesting songs every year but they are not popular to the young. While some songs are average, but they are well advertised and become their favourites. In fact, interesting songs in fullest meaning are actually rare nowadays. Perhaps our musicians are too lazy to compose. Not only in music field but also in other fields of arts have they shared the same plight. Society has undergone change so rapidly that it puzzles the brain of artists. They might behave like this yesterday but differently tomorrow. A variety of issues on corruption, drugs, philistinism, etc. Everything might be in confusion. Everything might be in a whirl. There are many cases in painting where artists do not know what they are painting, let alone cases in poetry or music.'

We argued with each other over the topic which song can be considered as an interesting song in his point of view, in mine and in our children's. Whether an interesting song is like a familiar food which was cooked by our mothers in our childhood. How can our children eat bun moc or bun mam deliciously when they live in foreign countries for a long time. They are familiar with fried chicken and bread and like MacDonald's fast food. How can they have the memories of eating cold cooked-rice every morning before going to school as we do? Is an interesting song like a delicious food that suits every taste?

Both sides of the highway were unpopulated. There were only immense farms with endless wheat fields. Warehouses with giant cylinders containing wheat, pointing to the sky like cannons. Red flames blazed in the grey sky from oil plants near Red Deer City. According to Long, that small, cold and unpopulated city accommodated thousands of Vietnamese who came there to settle down as it had many oil mines and gold mines. It was easy for them to look for a job in such hard times. The flames were lonely like a small hope in the grey sky.

Going further to the North, one can see

both sides of the highway frozen with snow stretching away to the horizon. Some wooden houses seemed to be left out amongst forests denuded of leaves, standing in melancholy by the mountains. Lights flickered from Red Indian houses along both sides of the highway looked like lively indications of the owners whose lands were appropriated by force. They were ousted on the fringes of society even from their own land.

Crossing the highway and through a forest, we sometimes drove under bridges which are reserved for animals to avoid running into deer and stags roaming out from the forest into the highway.

It was late when we arrived in Edmonton just in time to avoid a heavy rain pouring down. My wife and I spent the night at Edmonton Mall. Long drove his wife to accommodation reserved for guests invited to that evening party.

Edmonton Mall is a shopping and entertainment complex that is among the most popular tourist destinations in the region. It is ranged among the greatest malls of the world, invested and constructed by two Arabian brothers. It operates everyday with various kinds of stores, hundreds of restaurants and tens of Galleries. There is an artificial beach with coconut trees which bear no fruits. Bathers in warm sea can admire the snow falling in the sky. There are a zoo, an amusement park for children, a big casino for persons who love gambling, a figure-skating ground, some movie-theatres, shows performed by dolphins jumping high in the sky and diving in the water and a hotel of around ten floors decorated in various styles and manners of Europe, Asia, Arab, etc. The entire above complex shares the same glass dome for preventing cold wind around the year.

Throwing luggage into the wardrobe, I cheerfully lifted the receiver up to make a call to my 'lifelong-companion' at the telephone number written on the first page of the anthology of poems 'A Troubadour on the Threshold of Heaven'.

The telephone rang. A voice in surprise on the other line answered. I was glad to tell my 'long life companion' many things.

'In the end I managed to come here – staying at a place not far from your house. I brought with me the anthology of poems of your old friend, T.D.L. as a gift to you. Also some messages from your brother. He is preparing to take an examination for a scholarship to study in the US.'

In an amicable voice, I invited him to come to the hotel for a drink together.

'I'm alone tonight in this hotel, as my wife has gone shopping and window-shopping clothes and cosmetics.'

A cold voice was heard on the other line, 'I've just come from work. I'll come, if free.'

'This is T.D.L's early work,' I insisted, 'He is a very intimate friend of yours, isn't he? You're a member of oversea Vietnamese pen club in Canada, you certainly like this anthology. Oh! I've read your article in a Canadian anthology of poems and prose by oversea Vietnamese pen club members.'

Then I told him my room number and added, 'Maybe I go around in this Mall while waiting for you. I'll inform the hotel receptionist in case I go somewhere else so that it is convenient for us to meet each other.'

The hotel only occupied a small space in Edmonton Mall but was a focal point of other entertainment centres. Its design was simple with one reception counter and four lifts to bedrooms. While waiting, I watched dolphins diving, and then climbed into a submarine to watch fish. Admission into many entertainment centres was free for hotel guests.

The submarine dived in the depth of a canal amid multitude of shrimps, fishes and crabs which had been purchased from different places around the world. Colourful fishes were swimming and diving amid red and white coral reefs. It reminded me of the natural and wonderful beaches in my homeland. Where has Nha Trang with red corals around the island and ripples of the blue sea gone? Corals are extinct nowadays. They are brought to shore for sale. How fish can live and swim in a sea without seaweed and corals, let alone explosives which are thrown therein day and

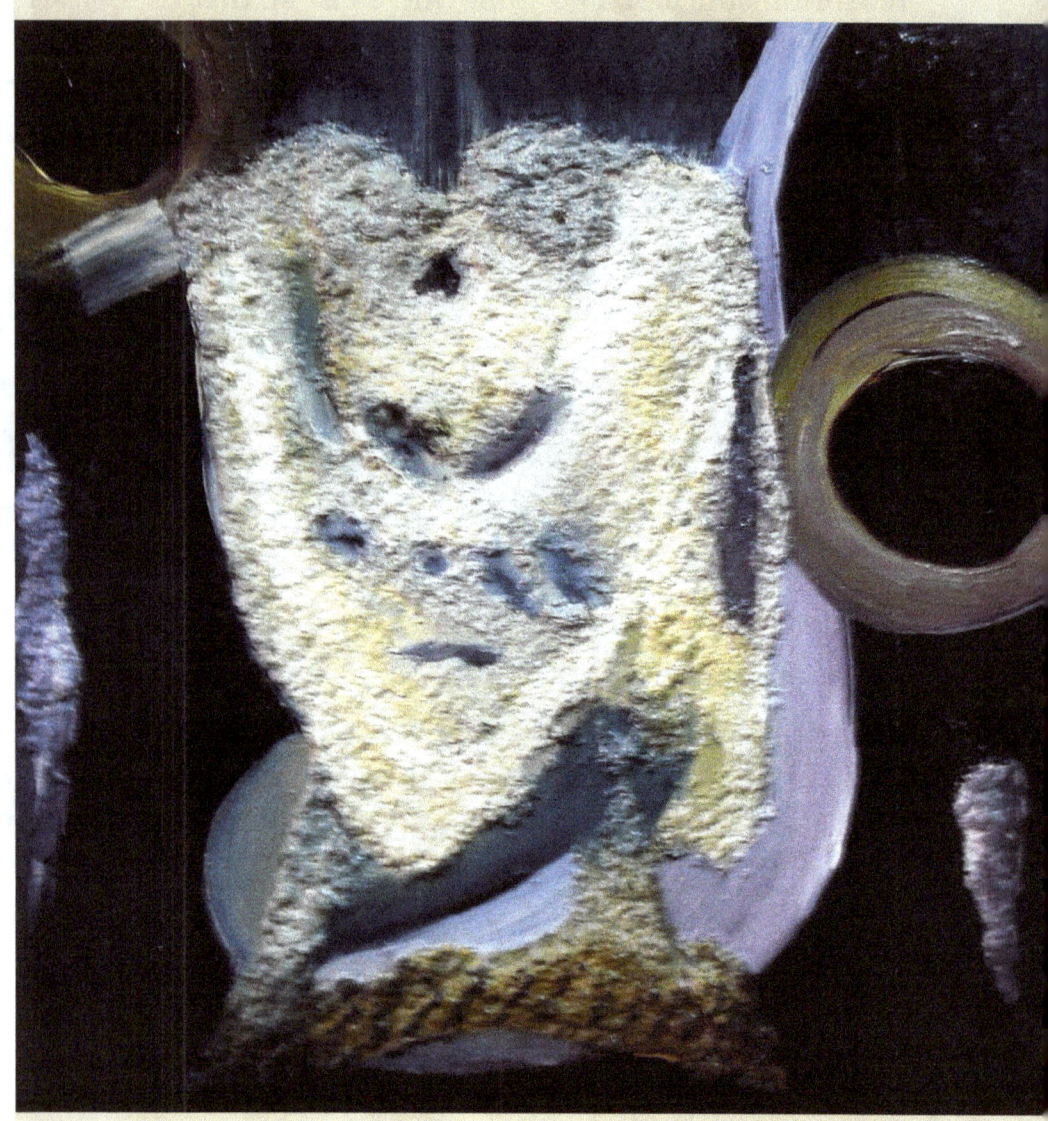

Trái tim / 100 x 100 cm - Oil painting by DƯƠNG ĐÌNH HÙNG

222 . DƯƠNG ĐÌNH HÙNG

night for the purpose of catching big fish and killing small fish including fish-spawn. What a shame!

After loitering around the Mall for so long, I decided to call my 'lifelong companion' again. 'He's just driven out,' a female voice answered.

After dinner in front of the hotel, I loitered away my time for part of the evening in this Mall. I did not want to go to the 'artificial sea' nor have a steam bath at the Sauna although its admission was free, just because I was afraid to waste my 'lifelong companion's time if he would come to see me. Time elapsed in an insipid manner. While waiting, I fingered pages of the anthology 'A Troubadour on the Threshold of Heaven' which seemed to be lost in the strange and noisy crowd. It was cold at minus 25 degree centigrade outside. It certainly snowed hard. At the hotel reception counter, I opened the anthology and read some verses on the first page:

Người đi theo bóng thiên thu
Youve gone after the shadow of eternity

Bỏ đây năm tháng sa mù nhân gian

And left behind months and years lost in this misty world

*(**Nhớ một nhà văn** - **T.D.L***)

(In memory of a writer - T.D.L)

Before the last page there was a poem which touched with profound feeling on the lonely life of the author:

Mười năm ở chợ không tri kỷ

Without a bosom friend for ten years long in the market

Ta đứng thu thân một nỗi buồn

Standing still, I shrink into myself in solitude and melancholy

Sáng bảnh mắt ra ngồi độc ẩm

In broad daylight I find myself drinking alone

Chiều về tra vấn lấy lương tâm

Out of twilight I m deep in soul-searching

(T.D.L).

Getting up on Sunday morning, I looked down from the window of the 11th floor. There was no sunshine and Edmonton city seemed to be sunk in the white snow. I went downstairs and passed across the corridor to an Italian cafe opposite. Sipping my coffee, I began to read the anthology 'A Troubadour on the Threshold of Heaven' again.

At 9:00, I called my 'lifelong companion' again.

'Hello, how are you? I'm having coffee at a cafe in front of my hotel. If you're free, come here to take the anthology. There are a lot of things your brother wanted me to tell you. It's a long story, not convenient to talk on the phone. Try to come. By the way, I've heard that there is a well-known Pho Pasteur restaurant, I'd like to invite you for breakfast there, and then I have to be back to Calgary at noon.'

After a moment of silence, an angry voice on the other line was heard.

'Are you a high-rank Communist cadre assigned here? Tell me the truth!'

I was amazed but tried to smile.

'Maybe you misunderstand.'

'It's difficult for one to come here alone while you come here together with your wife.'

'Oh dear! My 'lifelong companion'! My wife and I had already traveled a lot together and this time we come to Canada. In Vietnam today, whoever can afford to travel can do it easily. It's not strange, isn't it?'

After a moment of silence, he asked in an investigative manner. 'How can you afford to stay in such a hotel?' It's silly – I thought.

'Don't worry about it. Expenses for our journeys are covered by money earned by myself. Come to the hotel now and you'll understand. It's a low-season now so the room rate here is equal to the room rate of the worst hotel in Paris; therefore I can afford to pay. What's your address?'

His voice sounded louder as if he had not given way to his anger.

'Street No. one hundred and... Oh well! I don't want the anthology any more nor want to hear from my brother. Take it back to Vietnam for him. I don't want to meet Communist propagandists.'

'Thanks anyway!'

The phone was hung up suddenly on the

other line. I paid for my coffee, picked up the anthology, came back to the lift, entered my room and woke my wife up to pack the luggage.

Ennui and inconvenience sometimes come to everyone of us while life keeps on passing by. Maybe my 'lifelong companion' hated me even though we had not met each other once in our lives. Maybe he was afraid that his brother or the 'Troubadour' might, through me as a messenger, asked him to send them several thousands of dollars? Absolutely no! Day in, day out, his brother still earns his living by teaching, still goes to school and prepares for a scholarship examination. Maybe he was afraid that poor poet might ask him for some money! Certainly no! That poet is my acquaintance. He still leads a life in poverty and hardship. Day in, day out he still works as a bicycle-keeper in Phu Nhuan market, sometimes he sells used bottles and other things but he still composes poems and has ridden his old bicycle in a deliberate manner for years. Now his life seems better. He can afford to buy a secondhand Susuki motorbike of bad quality. He still sells water morning-glories together with his wife in the market. He still has his own corner for composing poems. He's always gentle and good-hearted, always meditative by a cup of coffee every morning in a large enclosure at Tran Quoc Thao Street, a daily gathering place of artist and writer's circles. I could visualise him sitting at the familiar place by this time in my homeland, deep in thought in the morning sunshine. The sun glistened the fruits of a Honduras Mahogany * tree, and further swayed in the wind the long aerial roots of a Benjamine Fig** tree like loose hair falling down on life.

I remembered his writing: "Poem?' It is an interesting thing. But how to hand it down to persons who can identify with the author, that is, in my opinion, an endless concern...'

Now his concern has been a truth!

My wife looked at the anthology in my hand and asked, 'Kim's brother hasn't come

---

* Scientific name: Swietenia Macrophylla King. (S. Mahogani Jacq.)
** Scientific name: Ficus Benjamina

for the book, has he?'

'Well! Forget it. It's really morbid and pitiful!'

Looking down from the glass window, Edmonton city seemed to be sunk in the white snow. Flakes of snow stagnated on the silent roofs. Once in a while there were some vehicles passing in the streets. Roads ran parallel with one another, then they were crossed by other roads like a Chinese chess board.

Roads in this region are named in the same way as in New York. Small parallel roads which run north and south are called Streets and numbered in ascending order 1, 2, 3, 4 and so on. Wider roads which run east and west are called Avenues.

My 'lifelong companion's' house was perhaps over there, 3 streets away from my hotel, not more than 5 minutes' drive yet still far far-away. Paradise and hell, genius and maniac, happiness and sorrow, love and hatred... all seem to be a frail boundary apart.

All the surrounding housetops were deeply covered with cold ice under thick layers of snow except for the dome of Demonton Mall on which there was no snow as there was a heating system underneath. Can the dome, like a warm heart among the cold ice, hear the whispers from 'Troubadour' echoing from distance?

'Chim có tổ mà ta thì phiêu lãng

Birds have their own nests while I am still on the rove

Dắt nhau đi quờ quạng kiếm thiên đàng

Hands in hands we grope for paradise

Xin lỗi em, cô gái Sài Gòn

Saigonese lady! Please forgive me

Đã vì ta mà xa giảng đường thư viện

For my own sake you had to leave lecture hall and library

(T.D.L)

Vì áo cơm mà em ra chợ

For daily bread you turned out to be a market vendor

Một hồn buồn giữa cõi rau xanh

A heart in the blues deep amongst the greens

*(**Mùa Xuân** - Spring / **T.D.L**)*

After having Pho, I collected some

Vietnamese newspapers left at the entrance. Vietnamese newspapers in this region were offered free, especially in restaurants or bazaars.

On the drive back to Calgary, Long was surprised at the sight of the anthology 'A Troubadour on the Threshold of Heaven.'

'Why haven't you handed it over to him?' asked he.

I briefly told him about the conversation through the telephone between me and the stranger. After listening, he laughed.

'How silly you are. C'est fou, mais c'est vrai ici! (It's crazy but it's true in here!), tomorrow I'll come to my office and ask for two days off, Tuesday and Wednesday to go around with you to relieve boredom.'

The early temple-bell woke me up in the morning. The temple-bell resounded in the air. It had been several months since I heard it. Throwing aside the blanket, I half-opened the door. Long's father was burning incenses, striking Chinese wood block and praying in front of the altar attached to the white wall.

The door was slightly opened, the scent of incenses penetrated into the room. It was cold at minus 10 degree centigrade outside but was nothing to the freezing cold in the strong smell of incense smoke in lasting rainy seasons of Hue city in my childhood.

My childhood seemed to be spent around the spirits of deceased beloved relatives in the old house with my grandmother. The sound of Chinese wood block, the sound of the temple-bell, the smell of incense and sandalwood and the flickering light of an oil lamp from dawn were the unchanged melodies all around the year, from the time when the cicadas had not yet started their songs in summer until early morning when everyone was in a sound sleep in the cold of winter and flood every year.

The window blind was rolled up. Long's father opened the window. The sunshine of white snow colour penetrated into the house. In a careful manner, he brought the banana plant closer to the place where the sun shone. The banana plant was green and 1 metre high but it was dear and rare in this region. Whenever there was a visitor, he showed off and talked too much about that plant as if a memory had been recalled. All the family took care of it like a pet. It had been grown since the two elderly persons came to settle down in this region.

The two elderly persons lived around in their son's house. They took care of their grandchildren. Their daily activities were involved in taking them to school and picking them up after school, taking care of the house and the green banana plant. Their conversation topics were always in the following sequence: the banana plant, Zen meditation and a dim recollection of memories of the land far away on the other side of ocean.

My hobby is traveling on strange lands, coming to Vietnamese residential quarters. I also enjoy collecting free newspapers for customers to read after meal in restaurant, and sometimes stopping at a Vietnamese bookstore to ask whether there is any new book about Vietnam or not.

On the day I returned, Canadian Airlines

went bankrupt. They changed my return ticket whereby I had to fly back to Alaska (flying over Edmonton again) and to Tan Son Nhat airport via Hong Kong. Among other things in my luggage, there was the anthology 'A Troubadour on the Threshold of Heaven'.

'A Troubadour on the Threshold of Heaven' had traveled more than one round around the world. A Customs officer inspected my luggage and a cultural censor examined all the books I had brought back including a spring calendar printed abroad, as Tet was coming. I had committed a breach of a prohibition – from bringing back foreign cultural products. All of my books and newspapers were confiscated. Where has the anthology 'A Troubadour on the Threshold of Heaven' gone? I'm quite in the dark. ✔

4

Red eyes of a snake and alcoholic ferment in those women

Bên sông / *70 x 100 cm - Oil painting by DƯƠNG ĐÌNH HÙNG*

All of them were women. At first sight, they looked like winebibbers who drank themselves drunk as an escape from life, now existing in various and funny postures.

It was a Sunday noon, towards the end of a drink, Sister Hai Suong was as drunk as a fish, sleeping it off, her head against her arms crossed on the dining table, and her black hair was loosed down on her shoulders. Her right hand was holding a grilled duck tongue of sanguine colour, the back of her plump hand tinged with green veins which moved in harmony with the rhythm of her snore.

On the next chair, Thu was in a state of hangover, where the body failed to take in alcohol for permeating through blood vessels. She lay back on the chair. Her complexion turned red, her eyes closed, her dark blue eyelids drooped, her dark brown and thick lips turned up, wishing to touch her straight nose. Once in a while, her mouth was lightly opened and closed as if mumbling something. Her loose-fitting blouse was unbuttoned revealing her swollen breasts moving up and down in harmony with her breathing rate.

Obese Mai was not there as she had gone into the bedroom for a rest, leaving an empty chair, a leather handbag under the chair, a worn-out handbag almost inseparable from her. She was quite obese therefore she could not do without a nap after lunch, especially after a hangover.

There remained Tam, she raised her glass of beer, swaying it over the other glasses lying about on the table in disorder, then raised the glass towards me, lisping.

'Ch...ee...rs! Down...in...one!'

Closing my eyes, I made every effort to drink up the last drops of yellowish liquid in a state of exhaustion and tastelessness. I sometimes feel like a fish out of water in this world just right in my own home.

Tam stood up, walking out into the

garden, swaying her body on each step. In an aimless manner, I followed her with my eyes, looking at her hands feeling for something in the air like a dancer who was performing a harvest dance, then incidentally she picked a new rose which had just opened in my garden – stuck the flower in her hair, walked towards the hibiscus fences, towards the plum tree burden with fruits, and through the swarm of dragonflies which were hooked together in flight over the garden.

Around ten pairs of dragonflies were clasping together, flying from side to side over moss grown reddish bricks all that morning, refusing to fly away as a signal of a coming rain. Happiness was taking a stroll before the eyes of the women drinking in a state of joy mingled with sorrow. Pairs of red-brown dragonflies as big as a little finger refused to be separated from each other, maybe they were in mating season, season of love, season overflowed with cuddle.

It was strange that no dragonfly was seen flying alone in such warm space. They, in pairs, are happy in the noon sunshine, only in the noon sunshine, and never curl up in the shade like other species. It was pleasant to hear the sound of their continuous flapping. By flapping their wings, they made themselves steady and stabilised their loving position in space for breeding to survive in life. Once in a while, they flew up and down together like a pair of lovers who were dancing Tango in the sunshine.

A mobile phone was ringing loudly. A drunken woman opened her eyes – the mobile phone ring tones were from Sister Hai Suong's. She looked at the received number, grunting something then turned off the phone without answering it, looking around the tranquil house, up at me.

'Quynh Hanh, what are you doing?'

'Just watching dragonflies loving each other.'

'Nonsense!'

She put her head on the edge of the table. Her phone was lying on the dry duck tongue, on the wet table undergoing the hangover.

Nearby, some other mobile phones were scattered in a mess of green vegetables and leftovers.

I sat still, not wanting to enter the bedroom for fear of Mai's snores, nor walking into the garden for fear of disturbance of the happiness of dragonflies in their mating season.

Bowls, plates, vegetables and fruits were mixed with salt and pepper, around the extinct Mam Hot Pot with vegetables. The whole house was stunk out with beer and alcohol smell, lingered with the female odour from my schoolmates in high school-days, now gathering. The tumult of the stream of vehicles was heard from the street outside along with the stream of life and time elapsing.

'Hanh! Hanh!'

I turned towards Sister Hai Suong. She looked at me, her hair ruffled, her eyes closed. In an indistinct voice, she asked, 'You feel affection for me, don't you?'

Nodding my head, I clasped and shook her hands reaching across the dining table for me. Raising Sister Hai Suong's hands high above the slimy table scattered with leftovers, I looked at her face, at her teardrops rolling down on her fair complexion, down in the corner of her lips, on her chin, in the wrinkles round her neck, and soaking her white thin blouse. She muttered again, 'Kid Thai has left home for weeks, I haven't heard from him since.'

With this, she withdrew her hands from mine and leaned down over her hands. Sister Hai Suong was whimpering. As I had anticipated, there came a day, sooner or later, when Kid Thai - her dearest and only son - left home.

Hardly had he been in the 10th form when he followed his friends to participate in motorbike races. Thereafter, he sold his motorbike. It was horrible to see his body tattooed all over. Tattoos of eagles and dragons in blue ink were all over the shoulders, chest and back of a boy of tender age.

She had divorced from her husband for five years. Her husband was a high-ranking officer. As a high-ranking officer, he had to attend meetings day or night followed by drinks, summings-up or business discussions.

Wherever there was a death anniversary, wedding or longevity wishing party held in this city, he came there. He had a second young wife and a pretty daughter.

After divorce, he resigned from office, went to the adjacent city and opened a Karaoke lounge which was the biggest and well-known one.

'Lonely Hanh! You feel affection for me, don't you?' she asked in a surly manner, glaring at me.

Stepping towards Sister Hai Suong from behind, I caressed and bore hard on her shoulders for a light relief of her agony, while looking indifferently at a swarm of dragonflies flying over the garden.

Strange to say, this tranquil city seemed to have undergone little changes recently! Men folks have reduced drinks while so many women tried to drink alcohol and beer.

Let us say my old classmates, less than a quarter of them can survive now. Formerly, they were young girls, now become women turning grey. They, my then classmates, try to come together every day, drinking beer or rice-alcohol with friends, loitering at various restaurants and bars talking nonsense! They are rather familiar and well-known persons in this area – rich, luxurious, in high office and position – except for one thing: whenever they have a drink together they always do without a man by their sides.

Satiated with drinks, they all came to my house as it was a lonely house without husband and children and was situated in an underpopulated area and moreover as I was their classmate.

There seemed to be an epidemic in this city: the women living near the market drank too, female workers in food processing plant, after working hours, dropped into a roadside inn opposite their plant to drink beer and alcohol, let alone those who worked in other cities. Once in a while, they returned home and when they have a drink; it seemed that they were insensible to hangover!

Drinking in a life full of arguments over the question: what is the true value of a human life?

I tidied up beer boxes, the Cognac bottle was rolling towards the stair-step, a bottle of rice alcohol lay empty... In an effort, I dragged myself to the wooden bed and fell down in a sound and dreaming sleep at weekend.

The gloomy evening shadow was covering the ancient tile-roofed house. Woken up by the sound from the kitchen, I thought it was sister Ut – my domestic help – who just came back from a family-visit trip and was washing up.

I smelled something sweet, the pleasant scent of incense from the altar in the middle of the house. Sister Ut might burn some incense sticks and candles on my parents' altar, after cleaning up the 'battlefield' after a drink. My body seemed to fly high in the air. Sister Hai Suong's arm was on my chest while tumbling about in her sound sleep.

Vague memories of my prime of youth were woken up. I caressed that arm, the arm which guided two of us into life twenty years ago, when we were immature schoolgirls, into a life full of so much agony, through immense and mighty forests and across roads almost leading to infinity.

I recollected the date I left with Minh-Shoulder-Length-Hair. It was the month after Lunar New Year when a bombardment thundered over the whole town. Among my old remaining friends, Sister Hai Suong was the oldest, several years my senior and had entered life earlier.

One night, just from this ancient and old house, Minh and I followed Sister Hai Suong to the suburb in shadow of the night, along the hillside, across tracks through a forest, wading across cold streams, pursued insistently by swarm of mosquitoes, with our fair and tender legs stuck by terrestrial leeches, through a misty and chilly valley besieged with burst of gunfire.

In those days, Sister Hai Suong looked stronger in her dark complexion and was not as pale and weak as she is now.

This arm of hers guided me along a

Giáo sư Hollows / *65 x 65 cm - Oil painting by DƯƠNG ĐÌNH HÙNG*

246 . DƯƠNG ĐÌNH HÙNG

muddy road one rainy night.

The strong arm that shot the enemy plane tirelessly. The hand which sutured my bloody wound staining the blouse red. The hand which alleviated my pain and loneliness.

A hateful memory always remains with me: the image of GIs who sat in convoys, throwing candies and biscuit boxes down on my and my friends' hat-brims in Sunset Avenue one day after school.

They laughed and shouted cheerfully awaiting schoolgirls to stoop down and pick up such candies and dirty black cans.

I abhorred such a sight. Looking at our new conical hats in deformity, I was unable to do anything but resign myself to it through tears and anger at the sight of GIs shouting and joking.

One day on entering the city and running past my school gate, their tanks demolished a thatch-roofed shelter by the road and crushed the little legs of a child... Such images never faded out in my childhood memories.

Thereafter, I followed Sister Hai Suong

to a resistance area to live amongst persons who at first seemed unfamiliar to one another but later on found it easy to love, protect and assist one another in time of indescribable hardships.

These hands cared for me almost for the first year in that dense forest when I had a jungle fever accompanied with delirium, periodic bouts of chills, intense fever and shaking.

Through her fingers, white and red pills were admitted into my mouth, through her lips, strange things were told to encourage me in movements amidst the thunder of bombs - too exhausted to miss father, mother, brothers or sisters – I was the youngest dear one in my family.

Once, Minh and I hugged each other crying in a small shelter in the quiet of a rainy night.

On a jungle-rain's night in early June, the enemy launched a bombing raid on the Snoul front. Pursuant to the order, anyone who was able to move would be evacuated far into the safety border area, as the dug-out could accommodate only bedridden persons or persons with serious diseases like me.

It was a frightening night. The dug-out was slimy from rain. I was brought down into this dug-out together with a flashlight and left lying motionless in a poncho on the sticky and squelching mud.

Surrounded with darkness, I still felt the flow of water underneath permeating through the plastic sheet and on to my anemic skin.

All of a sudden, I saw two azure flashes glistening and flickering in darkness, around two spans above my left foot. The flashes glistened and moved up and down as if welcoming me. They resembled two fire-flies, as tiny as a bean, radiating a chilly light onto my sole and infiltrating into my veins.

I gathered my last strength to bend my legs but failed – just managed to turn the flashlight on with my thumb and shone it at that direction.

The head and part of the snake body appeared, turning towards me. The snake's forked tongue continuously flicked out, moved from side to side then drew back into its mouth - It was a horrible sight!

Its green body bent over its black overlapping scales. The snake's eyes sent out glowing red and ghostly sparks. Its head drew back in a hole when the flashlight flashed. I turned off the flashlight; it stuck its head out again, sending out sparks alternated between azure and red. An awesome sight! I had to turned the flashlight on, the snake's head drew back again for the moment.

A sensation of chill and terror which spread out from my feet to the vertebra and up to my sinciput seemed to last forever.

The battle between the white light and fatal red eyes lasted long.

Never have I feared anything when confronting bombs and bullets, life and death, obstacles and danger, still I cannot help thinking of that night's happening without being overwhelmed with horror.

Bombs kept on exploding above, near the dug-out. Stones and earth fell down in fragments on to my shelter like blows stricken to my body. Bombs exploded. My body swayed amongst the squelching mud on the creasy poncho.

That was of little importance to me! The dug-out shook hard with bombs. The shaking seemed to throw me out of the plastic sheet. Water from above flew down soaking through my clothes and making me cold.

At the bottom of the dug-out, the ghostly snake was gazing at me curiously.

Not sleeping a wink all night, I was unconscious and felt asleep since ever.

When I woke up, the sun was at its highest – the sunshine was warming me. The front became quieter. Then my comrades came to lift me out of the dark bog, out of the snake's red eyes, enabling me to inhale the fresh air, sunbathe and know that I was still alive.

After the battle with the snake's red eyes that night, I was accidentally recovered and Sister Hai Suong also came back to me in the same company.

Again, her arms guided me through forests where bloody corps remained scattered.

Once, we entered ethnic hamlets without a human being and animal – going through devastated and ruined houses - across yellow fields with ripening rice - and past lands full of fruits and flowers which were in bloom in an area where no one lived to admire.

Following tracks, we forded streams and crossed forests. Sister Hai Suong once lent me a helping hand to cross a swift-flowing river. Her advice still lingered on.

'Whenever you stumble and fall down into a river, hold fast to the parachute string. No matter how flimsy it might look, it's very useful indeed.'

Once, while transporting rice, we had to cross the S' Lon river in a flooding season. What a strange land! The river was dry in sunny seasons. All remained was a small stream and it was easy to pedal a bicycle across the river.

When the rainy season came, the river rose high and overflowed its banks. Field bridges quickly built were only the big trees which were felled down and put across the river for the transport purpose and therefore there were no handrails.

On that day, the sky was dark and it rained in torrents. The water level rose high above the field bridge. In order to cross the river, one had to use a parachute string with both ends tied securely to the trees on both banks of the river.

To cross the bridge, I dragged my feet on a slippery log while holding the parachute string high above to keep my balance. Suddenly, I stepped on a slimy round block. Looking down, I seemed to have seen two red flashes from the snake of that day looking up at me. I screamed with terror and fell down into the flowing water. The bag of rice over my shoulder also fell down onto the swift-flowing stream of troubled water.

The snake's red eyes were still gazing at me. I seemed to have heard the voice of Sister Hai Suong whispering in my ear. 'Hold the string!' In a state of panic, I managed to grasp the string hung down by my side.

I was swept along by the current of extremely cold water until I was rescued and brought to the river-bank by my comrades.

Death seemed to fall into oblivion.

Blood, sweat and tears – life and death, fire and bullets – love and hatred – family and fatherland all were embedded in my girlhood. Time! Twenty years had elapsed quickly since then but, upon recollection, all seemed to have happened as recently as yesterday.

Hanh put Sister Hai Suong's hand aside, trying to get up, standing in front of the mirror, combing her untidy hair, looking at herself in the mirror.

A Sunday had passed without time to go to a hairdresser' in the street to have her unkempt hair arranged.

Sister Hai Suong's murmur was heard indistinctly.

'Hanh! You feel affection for me, don't you?'

In the bedroom, Obese Mai was sleeping soundly on the mattress, her blouse were inadvertently unbuttoned revealing part of her breasts. Maybe she was too hot after drinking. The same lively scene was revealed in the opposite room of Sister Tu.

Tam remained dead drunk. She was puffing hard, lying on her front with one leg down on the floor and the other up in the bed, with her long and unkempt hair down on to the tiled floor.

Her foot in a black shoe was lying on the flowered mat. Next to her foot scattered family photos sent home by Sister Tu. Maybe in her hangover, after having a look at the photos, she put them incidentally near her foot.

Taking up the photos, I looked at Sister Tu's face and put them neatly on the head of the bed. We had not seen each other for over twenty years. She was leading a different life in a far-off and misty country.

The following week, Sister Tu would return home from abroad for the first time. There would be a time to refresh our memories and exchange confidences.

Sister Ut was washing up. Thu was having a deep sleep in her room. All of the drunk women were sleeping a sound sleep while the life outside kept on passing by.

There was a flash of lightning in the

Tĩnh thức / 100 x 100 cm - Oil painting by DƯƠNG ĐÌNH HÙNG

256 . DƯƠNG ĐÌNH HÙNG

cloudy sky followed by a night rain. The whistle of the wind, the thunder and the sound of the rain pouring down sounded like those of the rain of over ten years ago – the date when I returned to my family after the war had been over – a time for family reunion.

Still another war just broke out in this home. A war among brothers, sisters, fathers and mothers: difference in points of view, in the way of thinking, etc. Fortunately, it was fading away in the course of time.

They - those women addicted to alcohol - gathered at 'Doi Sim' (Hill of Tomentose Rose Myrtle) restaurant to hold a party welcoming Sister Tu home to enjoy Lunar New Year Day.

Sister Tu, my sister and Sister Hai Suong were in the same class at a girls' school, three classes my senior. They chose Doi Sim restaurant because, anyhow, from such place they could see the red tiled roof of their old school, over the hill, behind the flamboyant trees, behind the canopy of those high Dipterocarpus trees.

Although she had three children, Sister Tu looked younger than I was, perhaps because of her fair complexion as she lived in Washington State, a state of cold wind from the North of the US bordering Canada. She looked young, perhaps because she did not drink beer and alcohol or because the way she thought was very simple - nothing to worry about, therefore no wrinkle was seen on her skin.

All of them ate too much, drank too much and talked too much. After drinking almost ten bottles of red wine they chatted noisily, telling one another about the school over the hill.

Sister Tu pointed to the park opposite, grown with coffee trees and tens of green pepper plants standing in scorching sun of the days near Lunar New Year Day.

'Wherever I go I always remember this park. In my childhood, it was very interesting to go camping there every summer. How quickly time passed! It has been almost thirty years since then.'

Everyone was silent looking at the park

that woke their memories and impressions of an unforgettable time spent by all of the high-school students in this province. High above indifferently flew white clouds.

In those days, students often called the street in front Sun Set Avenue. The avenue, which witnessed tragic and heart-breaking events, stretched along the slope to the bottom of the city and had a romantic appellation Violet Horizon Slope.

Sister Hai Suong said unintentionally, 'Sitting here, I miss Ngoan. She wore a long and black hair winning the affections of many guys. It's a pity she died young!'

The fact that Sister Ngoan died in the centre of this small city was widely known, arousing the memory of a time when the city was sunk in war. Bombs, bullets and shells spared nothing.

Death and bereavement existed every day. In the month of red flamboyant in bloom, both sides of Sunset Avenue were fully covered with red, red as a prediction of the climax of mortality.

Red of flamboyant brightened above. Red of blood spilt below, over every road, every corner of gardens, and permeated through the soil.

Bombs and bullets were so abundant that the city inhabitants were terrified and tried to seek refuge, the best shelter was at the bottom of Violet Horizon Slope. The highest, biggest and safest building which could be used as a place of refuge was Vinh Son cathedral.

It was the place where the statue of Jesus Christ was erected in a large area, facing the main street. His arms looked as if protecting and blessing human beings. One fatal summer in those days, only agile persons who did not want to die could manage to take refuge under the vault of the cathedral. Life seemed fragile to thousands of babies, the elderly and women who were crying and screaming in a shelter from bombs and bullets.

The cathedral yard was obstructed with hundreds of corpses beside seriously injured persons who received no treatment and lay stretched on the ground looking at the blue sky thundered with the blast of bombs drowning their groans and screams. Blood dyed red a corner of the yard. The statue of Jesus Christ above was pierced with hundreds of bullets smashing the external cement layer.

Sister Ngoan was lying on the bloodstained ground – with her legs broken, blood spilt from her belly and from her head - breathing faintly awaiting death. Many other persons were under the same circumstances as Sister Ngoan's.

The corpses seemed to fall into oblivion. The hospital near the school shared the same plight. Dead persons were left without anyone to identify. Patients were neglected without anyone to feel pity for.

When the attack was temporarily over, crane-truck came to shovel corpses into a truck and get them buried in an open grave near the provincial high-school.

The deep open grave located on the slope in front accommodated hundreds of corpses: persons already dead as well as persons close to death. Bombs and bullets still thundered over the Violet Horizon. Closing my eyes to recall those days, everything seemed to have happened as recently as yesterday.

Sister Tu's class witnessed more tragic events than mine. Trying to search our memories in a weary manner, we could find only a few classmates who were alive. Where had they gone with the wind of the war? To an undiscoverable horizon? Some of them were no more. They had been foreordained by cruel fate to leave this world – without saying goodbye.

Sister Tu broke the silence, pointing at the small road in front of the restaurant.

'You know! Several days after Ngoan's death, it was My Le's turn. While she was sleeping, an artillery shelling was down on her. She was the best student in our class. Her funeral had to be performed in the same day under bombs and bullets. Fortunately, they could collect some boards and made a coffin. Three intimate friends of hers followed the funeral procession to the burial-ground. While awaiting burial, shelling was down just on the grave ready for burial. Especially in respect of our class, three more classmates died and were buried in the same grave. The grave was expanded by the bomb. The tomb was enlarged as there were four girls sharing the same grave. A time for war, a time for death and life, life and death! How cruel it was!'

In silence, Sister Tu looked at the road, at the dark of the night, at everyone around her who was looking back on their tragic past.

'How about Teacher Khiem nowadays?' asked Sister Tu.

Sister Hai Suong shook her head and answered in a despairing countenance, 'As always, always in a maniac state. No cure for her!'

Teacher Khiem became insane after the day when four students, in the class she was in charge of, died at the same time. Since then, the teacher of Natural Sciences had been seriously insane.

Whenever hearing an explosion, the roar of truck engine or a loud noise, she immediately ran away from everybody and stole into a pit over the road to take refuge. Sometimes, she emerged from the pit trying to nibble at the foot of a passer-by. Sometimes, she lay curled up on the ground, covering her ears with her hands and whimpering. The teacher was as insane as ever - a lunatic in this small city.

Obese Mai raised her crystal glass of sparkling red wine, shaking pure ice-cubes in the glass gently and breaking the gloomy atmosphere by saying, 'It's only lately that some have gone away, some have remained here, some have been silly, some have been drunk! Let's toast Sister Tu coming home to celebrate Lunar New Year.'

She drank up the last drops of red wine, taking her old handbag and putting it on the next chair, unfastening the zip, looking for something unknown.

She held many envelopes in her hand, looking at the lucky-money envelope for something. She smiled and shook her head in a tipsy state.

'Looking for a letter to Sister Tu from a friend of mine. I've left it somewhere.'

Standing up by Sister Tu's side, she crooned an old song often sung in our girlhood when alcoholic dose was sufficient in our blood.

'*For years, guns roared day in, day out in my village*

My village, Oh! The land of dust in dry season.

Land of dust in dry season for long and long time

There stands the park imprinted with memories of those days

But now denuded of grass and trees

All my love has already been devoted to the war then

...............'

She sang not so warmly and sweetly as in the past, but in a thin and drawling voice influenced by alcohol and hangover. Some drops of wine from the corner of her mouth stole down, soaking into and reddening part of her white T-shirt.

The red sun no longer shone behind Vinh Son cathedral spire. A yellow cloud tinged with red lightened the Holy Cross situated on

Trên cao / *100 x 100 cm - Oil painting by DƯƠNG ĐÌNH HÙNG*

266 . DƯƠNG ĐÌNH HÙNG

the Violet Horizon Slope of the gloomy city after dark. The arms of Jesus Christ stretched out in a crucified position wishing to protect and help the collective grave nearby where thousands of corpses were buried in the past.

Those drunken women looked exhausted and funny. They drank themselves drunk and tipsy in a state where human life was rotten, where their heads seemed empty, where their eyes were no longer bright, reflecting a little red of the wine residue, as red as the dried bloodstream of those around the table.

It was a Saturday noon in late summer, those women met at a garden restaurant owned by a former officer who used to be the head of the provincial inspectorate. She now opened a pub just to relieve her boredom.

They were sitting under the foliage of a star-apple tree. The sound of cicadas no longer resounded at regular intervals and as urging as heard in early summer. Their songs are fleeting, lonely and monotonous as there had been a rain in the late summer morning.

A specialty on the table was called Sweet Meat Cake, sweet in your throat - part of an animal which looks somewhat dirty and boring – a pig. This kind of animal does nothing but eating. They eat and eat until they gain weight and are ready for slaughter. The sweet and rosy flesh near the buttock of a pig can be used for preparation of Sweet Meat Cake dish.

Smoke rose slightly from the stove. The reddish meat was sliced and grilled with water morning glory and okras. The sweet meat was taken from the back of the fattest part of a pig. It was as big as a dish and as round as the Doi Sim (Hill of Tomentose Rose Myrtle) near the high-school, and looked like a cake having the shape of the Fujiyama.

Obese Mai's chopsticks were spreading over the flame of the oven. Portions of the hot dish were passed to everyone. Her face lit up after drinking a glass of wine. She put her handbag on the table.

'I've just had my zip replaced. It's a sheer waste of time.'

'Your handbag looks terrible. It's time

for you to throw it away in a dustbin. It looks worn-out and dirty. How unsightly it is!' said Sister Hai Suong.

Obese Mai smiled, rubbed around the leather layer of the worn-out handbag, lifting it up and putting it down many times. The handbag looked as heavy as Obese Mai. She smiled explaining, 'No matter how it looks, it's brought me luck, for over ten years now, my dear friends!'

With this, she zipped her handbag open and slowly picked up some sealed envelopes with two fingers wearing two glittering diamonds, showed them to everybody and explain, 'Only in this morning, I got four envelopes – with ease! If I had not had my zip replaced, I would have received at least nine envelopes.'

Obese Mai put the envelopes back into her handbag, zipped it shut and smiled in a carefree manner.

I knew her and her funny handbag like the back of my hand. Obese Mai assumed a high position. She was cheerful and sociable and could do many things for everybody. She was often asked for assistance in dealing with the most difficult affair in this city.

She took pains to go to her clients' houses for receipt of documents. After everything was settled smoothly, she came to their houses promptly as agreed and returned the documents which had been dealt with. She often confided to everyone.

'No matter how old and ugly it may look, my handbag is always ready to be wide opened like a door to life. The clients will certainly understand and they feel free to place anything valuable into the old handbag as quickly as possible. Then slowly I will zip it shut. Bribery can be committed only when you are caught in the act of holding cash or gold. In cases where clients are kind-hearted and put anything into my bag, I just zip it shut. The bag is too old. The zip is worn-out after constant use and needs replacing.'

Sipping wine, Obese Mai drawled out explaining in detail.

'It's a common thing to have my bag zip replaced several times a year. Just remember that we must be long-suffering in silence and take pains to look around and try to play-act. Avoid taking gifts with your hands, in fear that you will be photographed and provided with garments striped like a zebra in the zoo. Zebra striped garments* are not good for everyone. Anyway Ha Dong silk clothes are lighter and cooler than striped pajamas.'

Obese Mai served me a piece of red meat, laughing herself helpless.

'Today I just made money hand over fist. How smart the boy is!'

'What's going on?'

'This morning I agreed to handle a rather difficult case on behalf of Mrs. Ba residing at the bottom of Violet Horizon Slope. After delivering documents in full, I zipped my bag open and put it on the table awaiting. Mrs. Ba put a pack of 555 cigarettes into the bag. Disappointedly, I took it out because it was not fit and as I never smoke, and moreover just because we are female and most of all because there is nothing valuable. Finding that I was

---
* i.e. prisoner's garments

not happy, the little boy - wet behind the ears - the son of Mrs. Ba told his mother that I did not like 'three digits' but 'four digits*' instead'. His mother understood, went into her room and returned with a bar of 'four digits' as big as a slice of Sweet Meat Cake, equal to the size of three fingers together. He was born to be extremely smart!'

They hung their heads, eating Sweet Meat Cake with appetite and laughing at the story of 'four digits'. With 'four digits', one can buy many things in life.

In wartime, they used to hold their heads high to cope with bombs and bullets in their struggle. But now, because of so many changes and for the sake of money, they have to nod their heads. They have to be wrapped up in eating and drinking to avoid looking at the ghostly red eyes of a snake.

Everyone got drunk and dropped on the table, having a sound sleep dreaming of worldly digits which hover in the minds of

_____
* i.e. the title of gold: high quality gold often hal marked with 9999.

human beings.

Those female alcohol addicts gathered after dark when the city was about to sleep. Sister Hai Suong through her mobile phone told them to come. Shortly afterwards, those women came in full number. As to myself, although I just drank a little, I had to come as everyone considered me the right person for them to confide in.

Tam and Thu looked tipsy as if they had drunk somewhere but they had to come anyway as it was Sister Hai Suong's word. The restaurant of A Sang was located at the Sunset Avenue. It was the only restaurant to open at such late hour at night.

Flames flickered over the frying pan. Vegetable oil and fat were boiling in open fire and smoke. The red flame lightened a corner of the street. Sister Hai Suong embraced me in her arm whimpering, 'Kid Thai was arrested in the city. They have just phoned me – He was arrested together with his friends who are scag addicts and trade in heroin. Hanh! How miserable I am!'

All I could do for her was to put my arm over her shoulder as an expression of sympathy. How could we deal with innumerable plights existing everywhere? The flame was flickering when A Sang prepared fried crisp noodles and pork sausage. This Cantonese guy always prepared food hot, unbearably hot. Those women were deep in silence. They were looking at the flame flickering while drinking indifferently.

I drank a glass of cool drink – a Cantonese special drink sold everywhere and often drunk after hot dishes. Sister Hai Suong kept on moaning, 'I'm terribly sad. Kid Thai has refused to listen to anyone. What a spoilt son!'

Sorrow, agony and misery are often encountered in human life. There was a generation gap between young people and their parents. Those women pursued many ideals and wanted to fulfill great ambitions when they were young, while their children had a different way of living and thinking.

When we were Kid Thai's age, Minh-

Shoulder-Length-Hair and I followed Sister Hai Suong into the forest. Two of us were then pure and wet behind the ears. We felt homesick all the time, embracing each other to cry in the quiet of day and in nights of jungle rain – when terrestrial leeches stuck to our legs, crept over our bodies to suck blood until they were fully satisfied and dropped.

In dry seasons, cicadas kept on stinging our bodies making us itching and uncomfortable. Yet, it was nothing as compared with aphides, tiny insects which clung to our bodies causing pain and inflammation for a period of nearly one week.

When going across forests, swarm of red ants stuck to our trouser legs – stinging our tender legs and when they fell down, their red bodies swelled out like the red eyes of a snake.

Formerly, we departed from the Sunset Avenue and returned at sunrise in a brightening atmosphere – a young mind like Kid Thai which is imbued with things unexplainable, filled up with numbers and foolish desires. There are essential things which need to be

Cổng 4 / 70 x 100 cm - Oil painting by DƯƠNG ĐÌNH HÙNG

276 . DƯƠNG ĐÌNH HÙNG

explained by adults but unfortunately we are not interested enough to spend our time doing so. How can our descendants understand? Oh! Cicadas, Terrestrial Leeches, Aphides, Ants, Nan Tubers, Chup Tuber, all such images had filled our life with joy and sorrow.

How could I forget such a mournful morning in my life! It was a day near Lunar New Year Day when the fierce battle in 1973 took place in the forest. At that time I was typing a mission order in front of apricot blossoms in bloom on the days when spring was coming.

An intimate friend of mine who went with me was Minh-Shoulder-Length-Hair. She was a telephone operator, working in a dug-out not far from mine. She often went into the forest to pick Wild Mangosteens and Gui Fruit for me. No one could resist the temptation of the Gui Fruit's smell. (Yet I haven't tasted it again for over twenty years)

Minh placed several Gui Fruits on the table.

'Two for you and two for me. I couldn't pick many this morning. I have to come back, 'because there was a warning of an enemy air-raid this noon.'

After placing two Gui Fruits on the table, she hurried to the adjoining dug-out. One of them rolled down on the ground.

I bent down to pick it up. The shining Gui Fruit was round and fit in my hand. Its attractive yellow and mouthwatering smell made my mouth water.

All of a sudden, I heard Minh shouting, 'Plane's coming, plane's....'

No sooner had I just plunged into the dug-out by the table than a light flashed followed by a big bang which I had never heard before in my life.

The dug-out was shaking violently as if it was about to explode. Earth from above fell down in fragments. I felt dizzy and almost fainted away. I made every effort to take a breath in that dark and stuffy dug-out and felt pain in my chest. I was completely shrouded in dense smoke.

A moment later, no plane was heard in the sky, I crept out of the dug-out to have some fresh air.

Before my very eyes, an area of the forest was completely devastated. My typewriter was no longer there. The sun shone down on to my naked body covered with torn-out clothes stained with blood.

Broken trees lay in ruin covering a large area against the blue horizon. The sun was shining on the yellow Gui Fruit lying near the opening of the dug-out in a chilling desolation. Apricot blossoms fell in abundance on the barren ground.

I suddenly remembered Minh, calling out her name but there was no reply.

I had a premonition of a coming disaster, so I tried to drag myself towards her dug-out.

Minh fell down not far from her dug-out - a trunk fell down on her legs. Broad leaves of Ancistrocladus used to cover the roof of a hut fell down and covered part of Minh's body.

I lifted Minh's head, fixing her long hair stained with clotted blood. The bomb fragment was as big as part of a hand, cutting part of her temple. A portion of her scalp revealed a layer of bloody skull. Blood spilt over a large area on the green grass. The sweet-smelling Gui Fruit was still in her hand.

Minh-Shoulder-Length-Hair had gone, her eyes were still wide opened looking up at the sky. I caressed her eyelids to close her eyes - and slightly removed Gui Fruit from her hand.

Laying her head on a mound, I arranged her body neatly, picking broad leaves of Ancistrocladus around to cover the face of a young friend. I put some branches of wild apricot blossom in the soil, by the body of a friend who had just left.

At that time, Minh-Shoulder-Length-Hair was the same age as Kid Thai at present. I drank a glass of Cantonese cool drink and looked at the tranquil city on the Sunset Slope by night. I vaguely recollected the smell of the forest, where a friend of mine lay down years ago but in my mind she seemed to have gone away just recently.

Those female alcohol addicts came together at weekend, on the day Thu had just returned from a business trip abroad. This evening was also a Lunar New Year Eve's party, to welcome the Kitchen God back to enjoy this world.

Spring came round and breathed a new life to the city. A jubilant and festival atmosphere was seen everywhere. Restaurants mushroomed in the streets even in the most remote and dark lanes. There is a time when it is impractical to earn money from academic knowledge. There are other various trades whereby money is easily earned without any diploma or academic distinction like opening restaurants, pubs, etc.

It's good fun, so everyone prefers opening restaurants. Even the most famous artists, musicians, singers, Cai Luong actors and actresses, stars of all kinds: all compete with one another to open restaurants and pubs.

Academic knowledge was unmarketable, therefore bookshops turned out to be restaurants. New restaurants were opened almost every week. The number of restaurants in operation amounted to hundreds. It was lucky for anyone to come upon a bookshop or news-stand in the city.

Although it was somewhat far from the city, they still chose Huong Que restaurant as a gathering place, to wish one another at the end of the year. The restaurant complex included ten wooden houses around the lake, covered with white lotus flowers and red flowers. This restaurant was owned by a rather popular officer in the city.

Several days after retirement, he had his grandiose premises built. It was a far cry from the simple house where he used to live in and which won the admiration of many people. Apricot blossom trees with 16-petal flowers were in bud. The diameter of a tree-trunk was equal to that of a house column. Their bent branches were covered with overlapping scales.

As usual, Sister Hai Suong presided at the gathering. She was sitting next to Obese Mai's handbag. It was full of envelopes without addresses.

Having been away from home for

months, Thu was craving for Vietnamese food, she ordered stews in draft.

Sole stewed in draft with gourd, meretrix stewed in draft with lemon grass, common pipefish stewed in draft with Indian Taro. One often breeds swine and get draft to distill alcohol, now it is more interesting to prepare draft for man to eat.

Thu opened a white plastic bag and took out a strange bottle of alcohol which I had never seen before. She introduced solemnly.

'This is a precious bottle of alcohol I bought at a Duty Free shop at USD1, 300 just for my good friends.'

Everyone was staring at it. They touched the crystal bottle. Tam was reading the embossed letters on the bottle.

'Louis XIII – alcohol named after king of France – no wonder why it is so expensive.'

I touched the egg-shaped bottle. The bottle edge was in relief like the overlapping scales of a tiger snake. The neck and cap of the bottle were gold-plated. The cork was of the shape of a crown in crystal, identical to the hat of the Queen of England. Four additional crowns were engraved meticulously on the bottle outlined by a small circle.

The bottle alone was expensive as it was made by a glassmaker, not manufactured in series from machinery like other bottles of alcohol.

The sealed yellow thread was pulled out. The precious bottle of alcohol was opened to celebrate the party. Aromatic alcohol was shared by everyone drinking a toast. The alcohol smelt exotically aromatic.

Pink lotus flowers were in full bloom in the lake. The lake surface reflected the blue clouds high above. The sun was down. Birds were flying back to their nests. The foliage was rustling in the wind. Bats were flapping wings on high branches in preparation for night hunting. Mosquitoes were buzzing around the women's party.

All of a sudden, there were footsteps crossing the bridge and hurrying towards the hut where they were drinking. The door was suddenly pushed open and appeared a woman in black pajamas. Her body was stout and awkward, with hoary chignon. She rushed to the drinking table, pointing at Tam and shouting.

'You! Naughty girl. Oh my God! How can I have such a daughter? What a misery!'

Everyone was amazed. It was Tam's mother. Nobody knew what was going on. Sister Hai Suong stood up and went to Tam's mother, comforting her.

'Aunt Sau! What's the matter with you?'

'Fancy her going out until midnight. Nobody can put up with it. What a woman! What a girl nowadays! Lunar New Year Day's coming while her housework is left undone.'

Tam looked down, at the glass of alcohol, at the fish stewed in draft which was boiling in the pan over the oven flame. Aunt Sau looked at her daughter, banging her fist on the table; her voice was louder and louder, echoing throughout the garden.

'You've left your children and husband home, had meals prepared by him, had lessons given to the children by him, had your house cleaned by him. You see! Is it fair? Alas! What a drunken woman! Have you no shame? How disordered this land is!'

Aunt Sau shook her head, looking at everyone, raising her hands.

'I'm sure you're here to chat about spouse exchanges – mutual exchange for love making. Right? Change of wife, change of husband, change of lover, as changeable as a weathercock. You've just imitated French style, German style or Russian style. Moral standards are no more! Just the same as a newly married couple who've moved to the street. New way of civilisation: several husbands only in one year. It's unacceptable!'

The more she got angry the more she scolded loudly. She complained in whatever manner she could. Some drinkers nearby lent an ear to her.

Despite passers-by, Aunt Sau kept on shouting.

'What the hell can they do to this oldster?' Then she left furiously. Seeing Aunt Sau was too angry, nobody wanted to interfere in.

The motorbike engine roared outside. The motorbike man took Aunt Sau to the street on his motorbike. Not until now did the waiter appear with his trembling hands, trying to explain, 'I saw her from noon now, she was hiding behind the gate as if spying on someone. I thought she was too old, not here to make a scene of jealousy as other young girls did, so I didn't pay any attention to her any more.'

Not until now did Tam say something as an explanation.

'Sometimes she asks me many things as if I had another husband! Nowadays it's boring to have one husband, let alone more husbands. The more we have the more disastrous we feel.'

Sister Hai Suong smiled trying to explain, 'Towards the end of the year, your mother tried to play the scene of jealousy on behalf of her son-in-law. It's boring! She shouldn't have done that. She's too old for it. Now, it's over. Let's toast the coming millennium.'

Those women continued drinking together all night long. The leftovers on the table were in a mess. They were sipping glasses of alcohol, tasting the bitters of an expensive bottle of alcohol – the value of which was equal to a property accumulated by a general worker during his whole life. The leaves were silently falling down over the lake as if there was an agony of something quietly falling into decay.

The night rain came together with the wartime memories which were now woken up. In the dark, the surface of the wet road reflected the red light above like the red of Minh's blood, like the red eyes of a snake in those unforgettable days. ✔

5

Destiny foreordained in anancient home

Bóng lửa / 70 x 100 cm - Oil painting by DƯƠNG ĐÌNH HÙNG

The storm blew over at midnight. The flood waters had receded into South China Sea. The morning sun emerged from the black clouds. The House opened its eyes to welcome the early morning sunshine and absorb beams of warm light, penetrating through wooden mullions.

It was an annual event in this region to see the life of nature and human beings undergoing violent disturbance at the advent of a storm.

The House was listening to birds singing and twittering high above, in the leaves of plum trees and jackfruit trees in the back garden. Birds which had sheltered from the rain under the mossy roof of the House suddenly flew away in search of their mates.

The House looked somewhat warmer, enjoying the scent of incense and sandalwood mingled with the peaceful sound of the bell. The House lend an ear to the prayers of its owner in his black dress. As a routine ritual, he said his prayers whenever he burnt incense sticks in front of the altar.

Tonight, his eyes were shut tightly; his body straight, his face sincere and tense with anxiety.

'May God and Bodisattva bless the Kid and his mother so that they may get away unscathed. Please God let the Kid be healthy and safe.'

He was holding a cup of hot tea. Something strained in his face. Looking up at the holes in the roof caused by tiles blown away, he mumbled, 'The Kid, the Kid...'

The Kid was a strange name in this family, even to the House. Who was the Kid?

The House had been, for nearly two centuries, a shelter from sun or rain for all the members in the family. Nothing was strange to the House. Everything happened in the mountainous area, over the river or in the market. Everything related to the war disaster, famine and misery which were the subjects of discussion from generation to generation from the primary days when their Ancestors came to settle down until the present day. All eventually came to the ears of the House.

The most routine activity to be conducted after a flood: everyone - the four maidservants, the Master's wife and two daughters - got up and started cleaning work. They were now gathering to clean the muddy floor.

The Master, in his shorts and without a shirt on, was shouting at everyone to conduct the cleaning: Lowering the bookcase, bringing paddy and rice down from the attic, arranging the family altar, etc. When they were in a hurry, the House took great pleasure in enjoying happy moments when it was under everyone's care: washed, and cleansed of yellowish and offensive mud which had caused trouble to the House for the past few days.

The flood water level outside was about one span above the road level. Inside the House, one could hear the talking and laughing from the persons wading through the flood water and the squeak of the wheels pulled by a rickshaw puller. Just pulling along until the end of a human life is reached.

The storm had caused pain to the House, made a layer on the right part of the roof come off. Around tens of the roofing tiles were blown down to the ground. Bamboo hedges were rooted up, the upper part of the bamboo fell across the roof, almost suffocating the House by its weight.

Thirty six columns of the House were numbed and swelled up due to the stagnation of water. Water rose above the plinths.

In an exhausted, painful and chilly state, the House fell in a heavy sleep.

The House woke up and heard someone - sitting by the tray of hot meal emitting steam – shouting.

'Anyone knows where the Master has gone? Refused to have lunch! Where has he gone at the moment?'

The servants were afraid. Someone replied

softly, 'I saw him hurrying out of the gate, across Phu Cam Bridge when you were in the kitchen. I don't know where he has gone, Madam.'

In a fretful temper, she beckoned the maidservants to withdraw to the back house. Leaving the pair of wooden clogs lying unsteady on the tiled floor, she tucked up her trousers, climbed onto the thick plank bed, reaching for the basket of betel-leaves and betel-nuts, picked a piece of betel-nut, sandwiched it between the betel-leaves and put them all into her mouth, between her shining black teeth.

Sitting alone by the tray of meal, she uttered a plaintive sigh, looking at the river in front of the House, partly covered by a masonry screen, murmuring, 'This guy has certainly pursue a certain prostitute! Can the leopard change its spots? Several years ago he wooed a songstress in Nghe An province. God willing! She is still living there!'

Having chewed a piece of betel-nut, she spat a red viscous liquid into a shining copper spittoon. Her fingers rolled a long cigarette. She puffed and blew out hazy smoke-rings, one by one rising up to the rafters of the ancient House.

'Ding-dong!'

Angrily, she looked up at the clock striking the hours. The clock inside a wooden box as big as an ancient wardrobe stood next to the wall. Anyway, it was a wedding gift from a banker to the couple.

In a weary manner, she was lying on her back in the sofa, ignoring her hair ruffling down on her shoulders. Below, her tucked-up trousers revealed her fair and slender calves. Her hand was fingering her necklace round her neck. Lying still for a moment, she leant against her elbow to sit up and shouted, 'Where have all of you gone? Come here for me!'

'Yes, Madam,' replied the servants, followed by footsteps hurrying into the main house. Everyone was ready to listen to her words.

'It's gone two o'clock already but the

Master hasn't come home for lunch. Today's Sunday, he's not at work. Now, divide the search among you: one to the street, one into the Citadel, one down to the market. Look for the Master for me, hurry up!'

The servants hurried out of the gate. A corner of the road resounded with flood waves mingled with the noise made by persons fishing firewood from the river. The shouting from persons who saw a cyprinid jumping high every time it was caught in a net. The fish flew high over an immense net covering for the most part of the river.

Despite the world affairs afloat, the river ran straight in the distance and looked like a polyphonic composition played in tune with the changing weather. Lights flickered in the boats anchored near the wall fence of the house. Some boats sheltered under the leaves of a perennial tree. What a noisy scene to see the boats parting from the river and floating up and downstream into the crowded streets to avoid the sweeping flood.

The sky was dyed purple. The House was

deep in a troubled sleep. The sun hid behind dark clouds.

The temple-bell resounded louder than usual, waking the House up.

Below, the Master was filling the flickering oil lamp with some oil on the Buddha altar. He burnt around ten incense sticks for around ten ancestral tablets. The tablets in memory of persons who were deceased but their spirits still existed somewhere in the house.

The central ancestral tablet was inscribed with the name of the Forefather. Thousand years ago, he was a Governor of Chau Hoan who was sentenced to tree clans' death by a ruler under Tang Dynasty.

The scent of incense refreshed the House, yet it still suffered from a splitting headache due to the load of the bamboo across the roof of the House but nobody had removed it yet. The winter chilling wind was all around.

The Mistress - the Master's second wife, on her wooden clogs, stepped gently on the shining tiled floor towards the Master and softly murmured, 'Honey! Just have your dinner otherwise the food's getting cold.'

Without a word, he turned around and hurried to the Sindora wooden bed, opened the mosquito-net, climbed in, pulled the blanket up to the head and hesitantly answered, 'I'm not hungry, please clear the table!'

The wife sat with her arms clasping her knees then changed her sitting position, crossing her legs and began to grumble, 'No lunch! no dinner! then you're flirting with little Lan in the Hom market, aren't you?'. She snatched the woolen blanket covering his body.

'Please let me sleep a little bit for early work tomorrow,' complained the husband.

His hands held fast to the blanket, his body curled up under the light yellow cotton blanket, with red-brown veins like the tiger's skin that huddled itself up in an unbroken sleep.

She burst out sobbing, coming towards the altar and praying something indistinct. Her footsteps were heard gently going to the back house. She returned to her bedroom and slept together with her two daughters.

The night was tranquil. In the dark, the Master couldn't sleep well and tossed about in his bed. Outside the house, the frogs and hylas started their endless symphony echoing in every direction.

The House chuckled to itself – It stood still to recollect all the lives of persons who lived under its roof – everything would soon blow over – ephemerally! – The love story it heard about today came true! The then story about the great-grandfather was similar to the one it heard today. It also happened on a frightening night leaving a profound impression in one's heart.

There was a time when the House only consisted of one compartment and two lean-tos, covered fully with bamboo and roofing-leaves without tiles and bricks as today. They were the gloomy days of panic when French soldiers occupied and ravaged the Imperial City. It was when the flame was rising high above the mossy ramparts that the great-

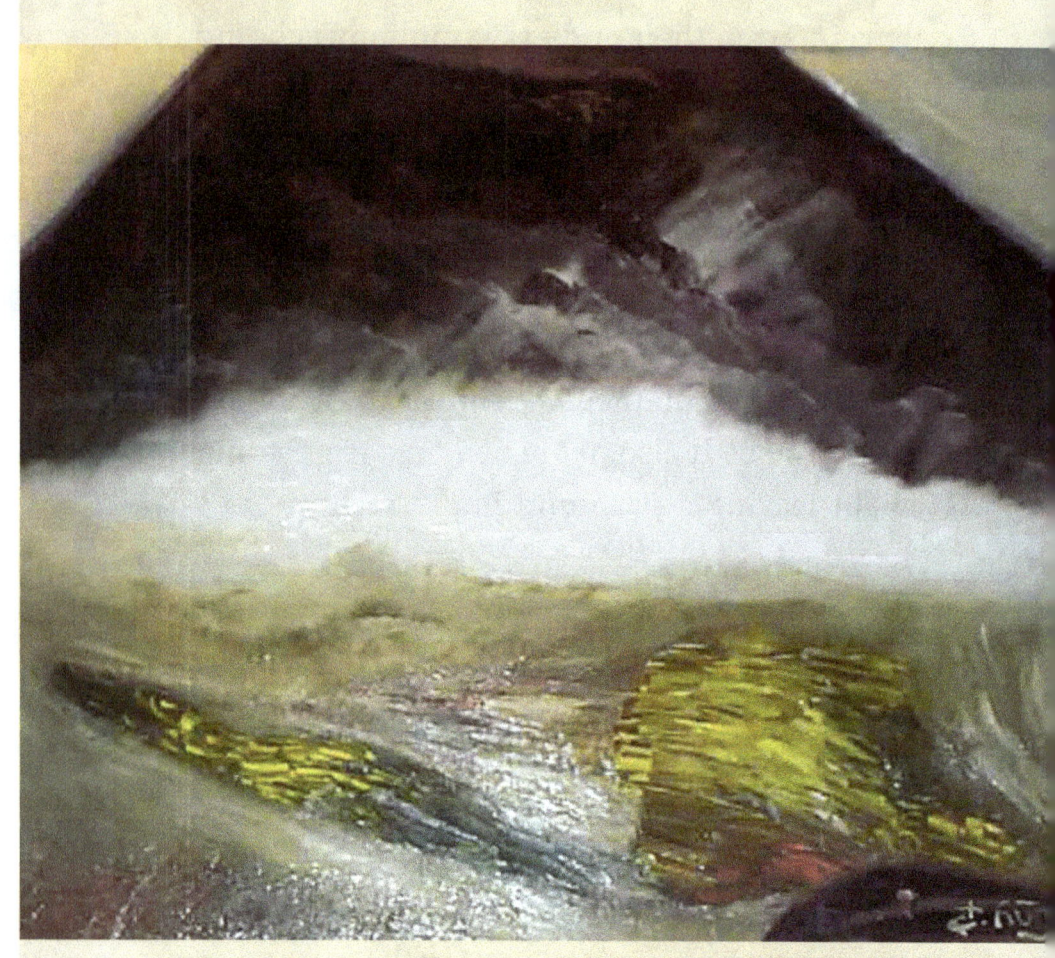

Bừng sáng / *70 x 100 cm - Oil painting by DƯƠNG ĐÌNH HÙNG*

300 . DƯƠNG ĐÌNH HÙNG

grandfather had a lover.

Everything was in confusion. It was scorching at night when the south wind blew in. In the end, the great-grandmother had to forgive and accept the fact that the great-grandfather had a young concubine just to maintain the peaceful and happy atmosphere in the house.

The House had heard about Lan's love story at least for two years. They sometimes made a fuss about it – they quarreled with each other but never revealed the truth to their children or anyone else including their servants. The Mistress had once given the Master a few words of advice.

'I really don't know why you still woo Lan. She's the same age as our daughter. You ignore the criticism by the whole neighbourhood, don't you? I haven't seen any illiterate girl like her. Just because her little restaurant is near your office, you haven't come home for lunch. Right? There have been changes recently in yourself which make your attitude abnormal. Why so, honey?'

In a half-asleep state, the House refreshed its memory, while the dark was covering everything outside except the light from torches flickering along the river bank in flood season.

Several weeks later, after the roof was fully covered with even tiles, the fallen bamboo was removed, the column bases were cleaned, the House felt relieved and happy.

In the evening, the Master burnt some incense sticks, stroke the bell and went to share the dinner with his wife and two daughters. After a hurried dinner, he said, 'Just clear the table and leave us alone. I want to have a word with your Mum!'

When there were only two of them left, he gazed at her and in an angry voice he asked, 'Why the hell have you gone to Hom market to cause troubles to Lan? I don't like the way you've made a fuss about it. Who told you?'

'Lan's mother and other persons,' replied his wife.

In an angry and shrill voice, the Mistress added, 'Rumour has it that you conceal Lan somewhere in Sam market. Tomorrow Madame Tro* and I will continue our search. Whenever coming upon her, I'll tear that Succubus to hundred pieces to satisfy my anger – that will never do!' then the Mistress tore her hair out, stamped feet on the tiled floor and cried loudly.

The House took pain in listening to what was happening, it almost got mad, wishing to stop its ears. The tiles on the roof seemed to tremble with the sobs underneath.

The Master walked out into the garden. There was something unhappy in his face. He walked to and fro almost ten rounds around the large garden, around the pond abundant in water-hyacynth leaves, then came and sat by a rock-garden, contemplating the Bohdi tree reflecting itself on the water surface.

Early in the morning, he stole out of the house just when the morning cock started its crow. Before going, he did not fail to burn incense sticks silently without striking the bell,

---

* Under French colonialist domination, a woman was also named after her husband's title. Hence, 'Tro' was the title of an Assistant.

drinking tea, brushing his teeth nor washing his face as usual.

Upon cleaning the house, opening the mosquito net and finding nobody inside, the Mistress got into a panic and shouted, 'Anyone knows where the Master has gone!'

The maidservants shook their heads, all in the dark about it. Outside resounded with the peddlers' crying their wares on their quick footsteps, with bamboo poles on their shoulders, in line with the endless roads of life.

The front and back of the peddlers' laps were fluttering in the wind trying their best to cling to the body of a human being.

On the next day, it was a pleasure for the House to witness a meeting held by the headquarters of 'Royal Ladies' – consisting of Madame Tro, Madam Phan and Madame Tuan **. The meeting took place in a noisy atmosphere at the time when the Master just left home for work.

** 'Phan': title of a Government Clerk;
    'Tuan': title of a Province Chief

The maidservants who waited on the ladies brought with them bags of betel-leaves, tobacco and tea. The nice tobacco bags were of multicolour: red, blue and yellow which pleased the eyes. They gathered around the Sindora wooden bed, beside the lean-to of the house - the study-room of the elder daughter.

Hue Phuong closed her book to listen to their discussion on her father.

The noise from the argument against Lan, the sound from chewing betel-nuts, the red colour of their tongues put out, licking the thin–tissue cigarette papers, the tenderness of their fingers rolling Cam Le tobacco.

The cigarette smoke flew in the wind, wavering in accordance with the rhythm of the gentle flap from a rattan fan as big as a palm-leaf conical hat, and the movement of the maidservant's arms standing behind a round wooden column. Cigarette-ends were stuck by the ladies on the columns. A new type of scales had just sprouted on the House's feet with various smell and taste.

Various controversial questions arose in

doubt about the present whereabouts of the person in question.

'I've learnt that Lan ceased work at the small restaurant together with her mother nearly four months ago. Nobody knows where she is hiding now.'

'Rumour has it that she has repeatedly come to herb-doctor Vien for a medical examination and prescriptions – perhaps she is pregnant.'

'Report goes that your husband rarely has meal at the small restaurant of her mother – somebody saw him in 'No' market, now in 'Mai' market and now in 'Sinh' village?'

'Your husband is handsome, good at French, music, prose and poetry. No wonder why many girls try to follow him!'

'Little Bong in my family went to her village last week and saw your husband riding in a rickshaw into Sinh village. How about your going there tomorrow to see whether it's true or not?'

Tender arms rose up and down around a fragrant tea pot scented with Aglaia flower.

They drank tea in gulps. Their red lips dip in tea in small cups of jade green.

'Tomorrow, I'll go to Sinh village. I'll tear that succubus to pieces.' With this, she banged her hand on the flowered mat, spilling the cup of tea.

The evening meal was served up. There were a grilled eggplant mixed with gingery fish sauce, scads cooked in fish-sauce, arranged in lines on a plate, a steaming bowl of cabbage soup and white rice served in small bowls. Ebony chopsticks were set beside saucers.

Not having finished his bowl of rice, the Master put the chopsticks down with an expression of unhappiness on his face and silently walked into the garden, looking at the evening mist hanging overhead. The scenery was wrapped in a shroud of mist. The sky was gradually turning violet. He stood beside a pond. It seemed that he was trying to look for a golden fish escaping the dark.

Hue Phuong, the eldest daughter, tiptoed to her father and murmured to his ears, 'I've heard that Mum would go to Sinh village the next day.' This startled him. Looking into her daughter's eyes, he gave a clap on her shoulder.

'Thanks – it seems that only you in this family can sympathise and take side with me.'

Entering the house to change out of his clothes into pajamas and get into bed, he felt something uneasy in his heart, walking back to the garden and having a look at the unicorn inlaid on the masonry screen.

Turning around, he hurried out of the gate, going for a stroll along the riverside, contemplating the aerial roots of a Benjamine Fig tree loosing over the tranquil water surface. Bamboo hedges along the riversides curled up as if wishing to come closer to each other and thus creating a canopy of green leaves reflecting themselves on the water surface.

Standing on the bridge, he turned round to have a look at his house. In the distance loomed its mossy roof with two dragons flanking a moon prominent in the moonlight of the 18th lunar night. Not so far was the Place of Buffaloes, now lying dormant without any buffalo washing, there remained the lonely moonlight shedding its pale light over the night scenery.

The House witnessed the Master, when there was nobody passing by, hurrying across the bridge and was swallowed up by a small lane to a thatched house where Meo, a rickshaw puller, resided. A moment later, he hurried back home. It was an uneasy night for him to sleep. The moonlight penetrated through wooden mullions into his room.

The sun rose between the areca trees. The morning sun shone obliquely through the wooden mullions to the upper parts of the sophisticatedly engraved designs on the column capitals and triplet-structures. The veins of flowers and leaves turned to embossed dragons and phoenixes on the purlins.

The sunshine shed its lights on the meticulous filigree decoration created by the expertise accumulated from the whole creative life of a human being and rested on the altar. The temple-bell lay dormant on the altar without the scent of incense as in other

Thư viện Y khoa / 70 x 100 cm - Oil painting by DƯƠNG ĐÌNH HÙNG

310 . DƯƠNG ĐÌNH HÙNG

morning prayers. There were groans from the Master writhing in a blanket covering his whole body. He slipped his hand underneath the blanket, hold his daughter's hand and said indistinctly, 'Come to my office and ask for permission for me to take several days off. My pain is unbearable. Anyway I have to be hospitalised. Remember to drop in herb-doctor Lang's and ask him to come here to diagnose my illness.'

The Mistress sat by her husband's side, uncovering the blanket and applying eucalyptus oil to his sole to warm it up. She felt terrified at the thought of being admitted to a crowded hospital.

For the whole day, he refused to eat anything in despite of his wife's concern.

After taking his pulse, herb-doctor Lang wrote up a prescription for him. Herbal medicine was bought and simmered on a stove. He persistently refused to take the herbal medicine, covering his body with the blanket tightly, refusing to talk to anyone even his neighbours who came to see him.

At twilight, Meo - a rickshaw puller came and asked permission to come in and take the Master to a hospital. Meo sat by his bed for a rather long time. It was a pity to see his awkward hands moving around the cotton blanket.

When there were only two of them left, Meo murmured to the Master's ear, 'I've already settled everything – I transferred your lady and the Kid to a small boat to protect them.'

After revealing that, Meo disappeared. The Master's groans with pain gradually died down. He threw the woolen blanket away and sat up to eat a bowl of green pea porridge, as he had an empty stomach all day long.

His wife was looking at him silently. She walked to the altar, burnt some incense sticks, and prayed to the Buddha for the safety of her husband in the flickering light of an oil-lamp. The incense smoke and sandalwood emitted a nice flavour from an ancient copper thurible – the Master's antique.

The House had been a witness of the

lively scenes underneath for almost tens of generations. The Master snored himself into a sound sleep while the House remained restless.

For many consecutive generations, all the family members one by one had passed away while the House still survived in spite of the ups and downs of human affairs. Human agony can be alleviated by human beings themselves through reciprocal assistance and through their prayers or can be healed in the course of time.

Yet the agony of the House was rarely known by anybody. Ten columns in the middle house were gnawed by termites in every hour and as a result the House was suffering great torment especially after floods. Rains and floods helped such insects gnaw its 'limbs' and 'viscera' away.

Sometimes, the House wanted to shout out its agony to everyone or wished to pray to the Forefather of this family's 18 generations for his assistance.

The Forefather, whose ancestral tablet was set up here, remained silent. He settled down in this area almost hundred years ago from the time of King Le of Hong Duc date when he was conferred 'Kien Oai Tuong Cong* title. Then he followed the King to the south for the purpose of development and construction of the South. At that time, the House only consisted of one compartment and two lean-tos – the house of an upright and refined General.

The House was actually repaired and renovated as from the 12th generation, the era of Great-great grandfather who was the leader of the Security and Defence Team and who took pains for five consecutive years to expand the House into a house of three-compartments and two lean-tos with a decoration consisting of one set of eight ornamental weapons. At that time, the surrounding area was an unpopulated land abundant in rice fields. There was one French school named Quoc Hoc which had been built in an area, formerly a navy barrack. Those members in this family had to go to there

---

* The title conferred on a General who had merits in founding the nation.

to study. The House still survived to witness each member passing away. The Master was in a sound sleep while the House was still in its dull pain.

Winter was about to end and spring was to come round. Every family was busy preparing for the New Year. Those women with their lips reddened by betel-leaves and betel-nuts came back again for a meeting on the Sindora wooden bed.

The Mistress was in a bad temper. She hurled a stream of abuse using whatever term she could.

'What a prostitute enchanting my husband! Ye Gods! She's just given birth to a son! My husband hides her and the baby in a small boat!'

'Thank God! I finally know of their affairs.'

'Yesterday, I went to that small boat, you know! As the boatmen could scent my intention, they rowed the small boat with Succubus Lan to Con's boat-landing. That small boat has certainly been chartered by the

Master from Obese lady at Bao Vinh's boat-landing.'

'I swear to chop and tear that wicked prostitute and her baby in pieces.'

She cried loudly, jumped out of the bed, banged her hands violently on the columns and nodded her head in accompaniment of the movement of her hands. What a horrible scene!

The columns trembled as if falling off the plinths. She cried loudly. The House seemed to faint away as its feet had been gnawed by termites for years and were on the verge of falling off. Its purlins swung.

The filigree lamina with the image of bats symbolising human happiness, installed at the joint between the column capitals and triplet-structures, trembled so continuously that its tenons broke off and the lamina fell down on the ground, startling everyone. There was a sudden silence in the house.

Madame Tro came and put her arm over the Mistress's shoulder, softly advised her, 'Come on! Try to subdue your anger, dear! There's no need for you to get so angry. It only makes you unhappy. You'd better find another solution otherwise you'll be laughed at. Moreover your husband has not had any son to succeed him in the line of genealogy. Anyway the Kid is of the same blood as your husband.'

There were various opinions from those women. The Mistress's eyes twinkled. Her teeth clenched. Leaving everyone alone, she hurried out of the gate, tugging a maidservant along. Nobody knew where they went!

Those women had to break up. There remained the House groaning in pain once again as nobody cared for its crippled feet.

At the time when the grand-father was alive, he had the three main columns repaired and restored except for this miserable column which was gnawed away by termites. It was too old and on the verge of ruin. The House with thirty six columns was burdened with masses of wood in addition to the tiling above, joined together by only tenons and mortises. It was as firm as a rock clinging to earth and nothing could overturn it.

In the Dragon year (1952), there was a

fierce storm which ascended the ridge of the House but could not blow it off nor knock it down and which, at the most, just caused part of the tiling to collapse.

It is as easy as anything to have the house changed its columns and rafters. Just lift them up gently, then replace the old one with the new one. It is man who has the right to exterminate and destroy it. Yet, it is hard for a man to change his wife.

Late at noon, there was hubbub on the boat-landing opposite the house. The Mistress entered the gate in an aggressive manner, followed by a maidservant carrying a wailing baby in her arms, and accompanied by three men acting as her security guards.

She stopped to take a break, cleaning sweat dampening her blouse while chewing betel-leaves. There was an expression of triumph on her face; she repeated many times, 'I'll let you know what stuff I'm made of! I'll let you...' Her voice was heard together with the cry of the baby echoing from the back house.

A moment later, a small boat docked at the boat-landing. One could hear a young woman lamenting right before the front gate and neighbours talking noisily by the boat-landing. Angrily, the Mistress gave instructions, 'Only that woman can be allowed to come here alone, then lock the gate out, OK?' 'Yes, madam,' somebody replied.

The young woman looked pale and skinny. Her tangled hair hung down on her crumpled and muddy clothes which expressed a distress and misery. She rushed into the house, bowing down to the ground and kowtowing to the Mistress in tears.

The Mistress was sitting in the Sindora wooden bed. There was something glacial on her face. She puffed away at her cigarette without looking down, disdaining to listen to the explanation from the woman below her.

'Just feel pity for me, Madam. Please be merciful to forgive my faults. It was not only due to my faults but also due to your husband's. He has kept to me for a long time. How should you know?'

Lô cốt / 70 x 100 cm - Oil painting by DƯƠNG ĐÌNH HÙNG

320 . DƯƠNG ĐÌNH HÙNG

'In a weak moment, I was easily persuaded. Bless me! Where's my baby. Poor baby!' Her imploring sobs sounded doleful.

'As God is my witness, that's the truth. I really didn't want to. How should you understand! When I was over six months pregnant, I left my village. All in my family and relatives renounced me. I left my village and bazaar to have an abortion four times but failed. Herb-doctors told me that the fetus was too big.'

'You know! I intended after abortion I fled to Laos. I dared not look at anybody! I beg for your mercy, Madam!'

In spite of such imploring sobs, the Mistress remained indifferent.

At that moment, the plain country girl looked up at the Buddha altar on the right, trying to drag herself to the altar, putting her hands together over her head, praying something in a quavering voice, her bright eyes were almost dried up.

'May Buddha witness and protect both of us so that my baby and I can live together. No matter how miserable I am, even if I have to work as a slave, I'll resign myself to it.'

She kowtowed continuously, dragging herself back to the Sindora wooden bed. Her hands felt for the way, hit the column and pushed the column out of the plinth making dust from the roof falling down. The column swayed, shook the house and made it so painful that it burst out crying.

The Mistress quickly jumped down, she poked the woman's head – the head with a high forehead – and shouted loudly, 'It is insufficient for you to undermine our happiness, so now you want to break down my home. Right?'

'No...,' the poor woman tried to explain. She turned pale, trembled and became speechless with fear.

The column was deviated from the plinth, exposing the lower part of the wooden column which had been gnawed by termites, and revealing a dark and rugged hole beneath.

The Mistress walked round the woman many times, glared in nitpicking manner at the thin body who was imploring, her betel-redden lips protruded, frightening the maidservant into fleeing to the back house.

All of a sudden, one could hear the baby crying – the angry cry sounded as if nothing could quench its thirst for milk.

The baby's cry upset the Mistress; she stopped to listen, then stooped down to lift up the chin of the slender woman and stressed every word.

'A moment ago you told me you're willing to work as a slave. Right?'

The woman with ruffled hair nodded many times on the callous hand of the angry Mistress. There was a flash of hope in her bright eyes brimming over with energy.

'Yes, Madam.'

'Well, I allow you and your baby to stay here on condition that it has to call me Mama or Mum and mustn't call you Mum. OK?'

She looked up at the Mistress attentively and said, 'Thanks Madam. I'll do whatever you want provided that both of us are always together.'

The Mistress waved her into the back house and commanded, 'Then you go to suckle the baby now. Leave everything to me to consider. The rules of this family are not so simple.'

Before hurrying to the back house, the woman did not fail to shake her joined hands to express her respect to the Mistress and the ancestral altar with a bright and jubilant expression on her face.

The House felt broken-hearted at the sight of its columns on the verge of collapse and felt numbed with such plight.

The green river opposite was still and was merging into the golden afternoon sun, reflecting the sun blazing in the direction of the upper reaches, above the high mountain peak.

The baby's sobs had not come to an end inside the house. It was the moment when the Master was anxious to ride back in a rickshaw outside.

Standing outside the gate, Meo was worriedly looking in. The baby's sobs could reach beyond the gate. The Master hurried in, looked at the glacial face of his wife and rushed into the kitchen corner.

His quivering hands caressed the shiny head of the baby. His mouth sputtered something indistinct. He heard the Mistress stressing every word of reproach.

'I find it miserable for them to lead a cold life in that small boat, especially in winter, so I brought them back to relieve their misery. Leave your promiscuous behaviour to me to consider later.'

In silence, he listened to her words, went to the altar, burnt some incense sticks, stroke the bell three times to express his deep gratitude to Heaven.

Seeing that the column was about to fall down, he lifted it and returned it to the plinth so as to put it in its place. The House breathed a sigh of relief, realising that its grievous agony was alleviated. Pain - like a religious revelation - exists everywhere.

Everything seemed to have undergone a considerable change, since there was the baby's cry inside the house.

First, the Master broke off his routine: he always went home for lunch every day. In the evening, he no longer loitered about the streets to have a drink. His face looked bright when he played with the baby in the kitchen corner or hold the hand of the baby wrapped in a white napkin.

The baby and its mother temporarily lived in a thatched room – a room reserved for servants. One could hear the cold wind whistling through bamboo wattles bringing in the chilly air outside.

One day when the Mistress was not at home, he happily hold Lan's hand, slid something into her hand, bought in a hurry on his way home as a gift for her and the Kid. In moment of emotion, he expressed his feelings, 'Anyhow, you and the Kid have to endure so much right here, but it's warmer here than in the small boat.'

The runaway boat had been followed up continuously, floating on water, in cold winds and storms. Now it was time to witness a turning-point in their life.

The following days, he had more appetite than before. He was diligent in doing housework: taking pains in cleaning the altar, trimming branches, taking care of the fish tank, planting more water morning glories in a pond behind the house, trimming the Chinese tea hedge covering part of the garden by himself, and doing all the things that he had never kept an eye on before.

At noon, after drinking a bowl of green tea, he set to decorate an ornamental bridge across the stream and river on his rock-garden.

Every night, he relaxed his mind in the sound of the musical instrument or by reciting poems and enjoying the fresh breeze coming from the Lagoon.

Every day, he spent his time in planting edible trees, breeding seven pigeons and raising chickens used as food to entertain his visitors to his home. It was the time when he was inspired with human passion and it was also the time when his mind was in harmony with the nature.

As from the date the Kid was admitted together with its cry, its mother actually became a servant in her new family. Lan worked with all her might so as to be close to her baby in order to suckle and caress it with the hope that it would be brought up and grown up in the affection of a mother.

At the first gleam of sunshine, she got up before anyone else in the house, prepared tea as an offering to Buddha, made some coffee for the Master, prepared breakfast, lunch and dinner, then cleaned up the house, both interior and exterior.

She cleaned out every speck of dust covering the main compartment of the house, dust from incense and sandalwood on the altar, dust in the family heirloom on display. She did everything in a swift and tidy manner, with her eyes brightened in a fierce belief. With heart and hand, that slender woman worked incessantly. Whenever she had free time, she never failed to pray to Heaven and Buddha for the safety of her baby.

It became a routine to see Lan picking water morning glories in the pond at the back garden to prepare them for the table. Her way of boiling water morning glories was quite an art: boiling them in such a way that their liquor became clear, adding some slices of red tomatoes, squeezing lemon juice into the green liquor to make it look more attractive in the green colour of hope. In addition, she prepared its respective sauce with braised shrimps: adding some tiny-shrimp paste, crushing some garlic and flattening some green capsicum to make it smell hot and pungent. All the food she prepared was for the Master only and such food was indispensable to his daily meal.

The cooking was done in the kitchen wing of the house, over an open fire set from heaps of dry leaves collected by Lan in the large garden. Dense smoke rising from the heaps of dry leaves stung her eyes and made them water. Hardships had changed the fair complexion of that slender woman-with-one-child. Yet she was willing to endure without a word of complaint, as she did everything out of her love and faith.

One day when the Mistress was not at home, he looked at Lan affectionately and

Đong đưa / 70 x 100 cm - Oil painting by DƯƠNG ĐÌNH HÙNG

330. DƯƠNG ĐÌNH HÙNG

unbosomed himself to her with all his heart.

'I do love you like crazy. You know! Besides your character and disposition, your speciality of preparing boiled water morning glories and sauce with braised shrimps is second to none. Right at first sight, when I had lunch at your mother's small restaurant, I was completely entranced with your grace.'

Since the spring when there was the baby's cry in the house, the Master had been promoted to Manager and his salary was raised accordingly. Their daily living was better than before. The Master had the main compartment of the house repaired and renovated and had the columns damaged by termites replaced.

Team of carvers and carpenters in My Xuyen village was called in to repair trusses, tripterals, transoms, triplet-structures, to process the vignettes including such motif as leaves and branches turning to dragon and phoenix. Fine and sophisticated carving was expressed skillfully on capitals and rafter heads in arabesque patterns like the ups and downs of human life.

The columns were now whittled and

polished. All was in harmony with one another like a meticulous masterpiece created by various artisans whose labour lasted for years.

He had two extensions to the house built with their roof covered with tiles. The extension on the right was reserved for Mistress and two daughters. The extension on the left was divided in two rooms: one was for the servants and the other was for Lan and her baby. Now the House looked better, safer and warmer. Its agony seemed to be alleviated and it could be proud of itself in life.

Time slipped away, now the Kid was beginning to talk. Its mother's promise was still kept.

The Kid was trained to call the Mistress 'Mama' and to call its natural mother 'Auntie'. Anyway, language is like the archives of human habits.

Aunt Lan continued to endure everything so as to have a chance to take care of her baby and to see her lover, not bothering to scramble for fame and wealth in life.

The Kid was learning how to creep and toddle around in the ancient home, playing with everyone healthily. Daily meals were served up separately: one tray for the Master, the Mistress and their two daughters in the main compartment of the house, the other tray for Lan and the Kid in the extension of the house. As for the Master, he liked plain food – a frugal meal often taken by a Confucians in the old days. Boiled water morning glory was the main course, a bowl of amaranth soup and one of his favourite dishes: tuna paste, anchovy paste in cold days or red snappers in hot days.

Whenever he was not at home to take meals, the House witnessed the tensest atmosphere between the Mistress and Lan.

Any dish with tiny fish which was served up by Lan was thrown down into the pond behind the house accompanied with so much blame.

'Only big fish can be served in this course.... What cooked rice! As hard as steel!... What a braised pork dish! You don't know how to cook, do you?'

This was followed by ruthless blame. Only schools of fish could benefit from a big meal thrown down by the angry woman.

On bright moon nights, especially on weekend nights, the House became noisy when the Master's friends gathered to recite poems and sing songs with musical instrument accompaniments. Only on these rare occasions was Aunt Lan permitted to take part in the gathering party.

With a pretty face, graceful gait, slender body, fresh and bright complexion prominent against her silk clothes, Aunt Lan looked like an aesthetic masterpiece endowed by nature.

Listening to her reciting poems or singing songs, one could feel her singing voice uplifting one's heart to the distant horizon where one could contemplate one's true self. Her way of expression in singing moved the listeners to tears. Everyone kept silent to listen while the Mistress raised her voice to grumble, 'He was crazy about Lan just because of this. Formerly, when he traveled to Nghe An, he met Tam, a songstress and was infatuated by her grace.

Fortunately, the country was partitioned then, therefore he could not meet her again. '

When the moon set behind the bamboo hedges, when the party was over, when the light went out, when the shouting of the Kid died down and when everyone slept soundly, it was the time when the House, with a smile, witnessed the Master stealing into the back lean-to and as quickly as possible thrusting into Aunt Lan's blanket. After that, both of them fell asleep until the cock-crow.

During the day, there was a cold war between Aunt Lan and the Mistress but by night peace was restored between Aunt Lan and the Master. It was so peaceful that Aunt Lan could give birth to three other babies: two girls and one boy. The Kids were named 'Elder Sister, Younger Sister, Big Brother and Small Brother' respectively. Although all of them had to call the Mistress 'Mama' and Aunt Lan – their natural mother 'Auntie' as promised one day, they still lived happily together in the warmth of their mother's affection.

On the Lunar New Year's Day, the real war actually broke out on this land. Bombs and bullets were thundering everywhere. Shells fell down like rains - over the river, down on the high mountain, down inside the ancient capital city ramparts, down right in the garden, felling its plants and trees, causing the areca trees to collapse, rendering the remaining trunk of the jackfruit tree leafless and uprooting the bamboo hedges.

A shell exploded, falling down near the right lean-to and destroying part of the corner of the walls. The ravages of the war could be seen everywhere: blood, death, bereavements and laments. It was the time when everyone had to leave the city for a shelter from bombs and bullets with the vague hope that they might be alive.

Only derelict houses remained in the city. In such a desolate area, they stood face to face with one another trembling with fear.

When the bombing had ceased and the bullets had no longer roared, the city inhabitants came back to their devastated city.

The House witnessed its intimate friends, due to such disaster, vanishing from the world. The ancient houses located along the river had been sunk in fires and petrol-bombs, in a scene of devastation.

The ancient house of the Master was lucky enough to survive with an injured body. The roof of the right lean-to was about to collapse. Its limbs were disjointed and its interiors were stolen by plunderers who had rushed into the derelict house and stolen all the family's precious heirlooms.

A pair of vermilion lacquered tureens trimmed with ormolu, the horizontal lacquered board with Chinese calligraphy, a cupboard of turquoise blue china-cups and nacred wooden sofa - a precious gift given to the family-house of worship by the Great-grandfather's younger sister, the most beloved concubine of the then King.

Misfortune kept on visiting the family when the Master was of an age to retire, when his relatives rushed to the city as a place of refuge.

Poverty and necessity found their way

into that dilapidated and miserable house. The desolation was seen on the black-brown and mouldy moss covering the ancient house as an omen of decay.

The war still existed - a mournful atmosphere pervaded everywhere: down the dark blue river drifted dead bodies, somewhere in thick bushes or beneath the cold and isolated ground wandered the spirits of the dead.

In the dim light and in the melancholic sound of the temple-bell, the owner with his white hairs was quietly burning incense sticks. From the back house echoed the cry of the Kid thirsty for milk.

Aunt Lan stood by his side since ever. Deep in the scent pervading from the brown glazed terra-cotta burner, she closed her eyes in meditation as if praying to Heaven. When the hollow note of the temple-bell was dying down, she besought her beloved husband, 'Honey! May I go out to make a living? It might help to overcome our financial difficulty at present. For years, I have been confined to this house without going out to make a living.'

After reflecting for a while, he put his hand gently on Aunt Lan's shoulder, looking straight in her black eyes.

'Well! You may go out to earn your living since tomorrow and also since tomorrow I'll make an oath to keep a permanent vegetarian diet. You know! I've been in a habit of eating only whatever you cook by yourself. Anyway, I have no choice but to agree to your proposal, honey! Human life is overwhelmed with desire and desire itself is the cause of Samsara – the eternal cycle of birth, suffering, death and rebirth. Nothing but a cycle of loan and repayment. All's in an ocean of sufferings. There's no exception to anyone.'

Aunt Lan buckled down to her business energetically: going to the seaside to collect goods then sold them in the town, loitering around the US bases near the airport to buy any consumer goods then resold them. Sometimes she opened a coffee shop next to a school and sometimes she stayed up late with her children making cakes to deliver to retailers in the

Lỡ chuyến đò / 70 x 100 cm - Oil painting by DƯƠNG ĐÌNH HÙNG

340 . DƯƠNG ĐÌNH HÙNG

market. Despite her efforts, everything was in vain.

One night in a broken sleep, Aunt Lan saw her mother in her dream. She appeared in the small restaurant years ago - at the time when Aunt Lan was young, the time when Lan fell in love for the first time, when Lan followed her mother to struggle with life, at the time when Lan was not allowed to study as her mother was afraid Lan could know how to write love letters to her boyfriend.

The next morning, Madame Phu came to see Aunt Lan unexpectedly. She purposed to assign the restaurant in the city centre to Aunt Lan as she had no one to manage it.

The assignment was carried out quickly. Now Aunt Lan had a chance to come back to the trade trained by her mother in those days: cookery and drink preparation.

Aunt Lan's restaurant was opened at the ancient home formerly owned by Major Cardot - under French domination.

The restaurant stroke it rich due to many reasons: firstly, coffee roasted by Aunt

Lan herself was of a special flavour. Second, foods prepared in hygienic manner - including breakfast, lunch and dinner - were appetising but sold at low cost. Customers flocked to her restaurant not only to enjoy the food but also to meet the new owner of the restaurant, face to face with her delicate features radiant with smiles.

She threw all her energies into doing her business absorbedly and tirelessly together with her thirty servants.

Without Aunt Lan at home, the Mistress had to handle everything: going to market, taking care of Aunt Lan's babies and collecting dry yellow leaves as a substitute for firewood. The word 'Mama' from the Kids now became common and intimate.

As promised, the Master kept a vegetarian diet. However, he could not go without the condensed soya-source dish. There was only Aunt Lan who could prepare this dish to suit his taste; therefore she had to cook it at dawn before going to her restaurant.

Money could bring about too many

changes. When Aunt Lan was not at home, the House could see the expressions of jealousy and worry on the face of its Master.

Sometimes he sat under the arch of the gate waiting for Aunt Lan in a melancholic and meditative mood. Sometimes he squatted among the wild grasses surrounding the small temple for the Genie of the Earth, looking in the distance for Aunt Lan. Sometimes he sat motionlessly under the leaves of a fig-tree, looking forward to Aunt Lan's coming back.

On nights when the restaurant had a great number of customers, Aunt Lan had to stay there until midnight. Her customers drank together and chatted with the nice and hospitable hostess. In the meantime, the Master was impatient for Aunt Lan at home. He openly expressed his jealousy, scowlingly sending his son and daughter to the restaurant to call Aunt Lan back immediately. When she came home, he asked her in a jealous voice, 'There must be some chap flirting you or maybe the Teacher, who often calls at the restaurant these days, loves you like crazy. Is that right?'

Aunt Lan always proved to be a paragon of virtue characterised by an Annamese woman. She never paid any attention to what has gone by, what she had to endure or how she was maltreated in the past. She only thought about her husband and children, about the restaurant business and what to be done tomorrow.

Money gradually relieved the House of its pain as its columns and rafters were joined together and its heirlooms which had been stolen in wartime were now brought back.

The House brightened when the sun rose in the downstream direction. It was peaceful when the sun set in the upstream direction, when everything was shrouded in mist.

War came and went with hatred and death. Peace was finally restored. Man and things were in the same boat – in the same cycle of comings and goings, of birth and death. Among those who had come here: some remained, some went away to a distant horizon and others just came in their place.

The House in the garden had the luck to remain undestroyed while other houses in the surrounding area which were built hundreds of years ago and certified as ancient relics now were in ruins and new-built houses were in their place.

At the scene of the ruins, one laid blame on war, on the bankruptcy of those families who were ready to sell anything irrespectively whether or not it was an altar, set of eight ornamental weapons, and on such and such things. Due to one's superficial thinking, one disregarded many other things.

Some years after peace was restored, the House felt broken-hearted to see the Master passing away at the age of above eighty in a cold day of Lunar New Year.

The House could witness his jealousy in the last days of his life. He often warned his children whenever his friends came to see him, 'You know! They come here just to flirt your Auntie. They fall in love with your Auntie...'

His petty jealousy prevented Aunt Lan from receiving guests. She came into the kitchen to avoid meeting them.

The House could witness a strange and

beautiful girl showing up on his deathbed. She embraced his coffin crying 'Daddy' on the funeral day. She was the daughter of a Nghe An songstress whom he got married - his first wife - when he worked in Nghe An under French domination. After the country was reunified, she went to look for her father. In the end, she managed to come just in time to see her father for the last time.

One year later, as they could not suffer such a great distress any more, his first wife and second wife (the Mistress) one by one departed to be with him in other world.

After that day, the House was actually lonely, as finally the Master's sons and daughters left the land where they were born, for a far-off land – as far as the West.

This was a strange land indeed! A land which was full of adversities. A land which its people desired to leave and rarely wanted to return and lived in for their whole life. At the most, they just came back as a tourist who visited a foreign land.

Ancient houses are like human beings.

They are the vestiges of various families which vanished from sight and never come into the world again.

An ancient house over the river was allocated to three households. Each household owned a respective compartment and had the allocated part at their own disposal. One day, all of the three owners were happy to demolish it and built three new town-houses just to please their eyes.

Hundreds of the vestiges of ancient houses which are the salient features of ancient house architecture developed by numerous artisans - dedicated carvers, decorators, bricklayers, etc. They then survived through hundreds of years not only as beautiful houses, but as archives of the history of human cultures. Unfortunately, such works of art have been being destroyed by human beings themselves.

Let us say Vietnamese dynasties - Dinh, Le, Ly, Tran, Mac, Trinh, etc., whenever a war was over, the latter destroyed what had been created by the former and this normal practice had been accepted from dynasty to dynasty.

As a result, all the works of architectural art have been left derelict in ruins.

There was one person who never wanted to leave the House: it was Aunt Lan. She stayed there of her free will to defend it and did everything possible to keep it in good conditions.

There, she lived. There, everyday she arranged offerings in front of her husband's posthumous photo on an ebony frame: a cup of coffee, a cup of tea, a cigarette, a bowl of cooked rice. There, everyday deep in the scent of incense and sandalwood pervading the ancient House, the eyes of her eternally beloved husband seemed to meet hers.

Although she had turned quite grey, the love for her eternally beloved sweetheart seemed to have never died. There, in front of the altar, she affectionately had a heart-to-heart talk with her husband, telling him everything about life, now as well as in the future.

The House acted as a quiet witness who was attracted by the solemn and lonely atmosphere of the incense smoke. The strong scent pervading from the sandalwood burner induced the House to look back upon its fate, to recollect those old and sacred days and to think of its existence as a relic of a human life.

In a small yet peaceful world, the House was listening to Aunt Lan's confidences, to her melancholic narration of her love story, which reminded her of a time when she had to go through many hardships: living in the runaway boat floating on water together with the Kid.

The incense smoke awakened reminiscence of her hardships. She recollected the white smoke from burning dry-leaves in those days, a time of misfortune and agony. Now, she was willing to let all her sufferings in bygone days be bygones and only wished to throw all her energies in the preservation of the ancient house - a family heirloom. Everything seemed to have been handed down from generation to generation. Everything seemed to have cherished memories of a time.

Everything seemed to have been imprinted with human love through continuous changes of life.

Aunt Lan was praying, '... may you be peaceful in the other world.'

Rarely could one see Aunt Lan stepping out of the gate to contemplate the ups and downs of the stream of life. ✔

6.

The bricks from the Temple of literature

Hoa dại / *70 x 100 cm - Oil painting by DƯƠNG ĐÌNH HÙNG*

He threw a heavy jute bag down on the foot of a Banyan-tree. High above resounded the song of birds. Leaning the bicycle against the tree, he staggered into a small coffee shop, sitting down with his back against the wall in a slack manner, banging his hand on the table.

The sound from the radio in the coffee shop was too loud, resounding part of an ancient street. The shopkeeper was dreaming with his half-closed eyes. His ear was glued to the one-band radio on a worn-out folding chair emitting an unpleasant smell.

The shop was small enough for several customers who came for cups of coffee sitting against a decayed board, in front of several small tables. The remaining space was a small path leading to the kitchen.

The shop was narrow and bad-lighted. There was no room for two persons who wanted to sit face to face.

Walking to the folding chair, he shook the shoulder of the sleeping shopkeeper and shouted loudly, 'One cup, please!'

Then, going back to his place, he flopped down on his familiar chair. He thrust his hand into the pocket of a thick fur coat. His lips turned pale. He trembled with cold.

Outside, the aerial roots of the Banyan-tree looked like the octopus's tentacles coiling around the spotted trunk of the Banyan-tree, wavering and hanging down on the ground like a brown screen covering the entire shop and isolating it from the outside affairs.

Indifferently, he looked at the misty street in a cold morning. Not so far was an ancient rampart. Shaking his thighs, he glanced at the cup of coffee by a familiar and rusty kettle.

There were footsteps entering the shop. He looked up. It was Tuan - a thin and tall chap with a jute bag over his shoulder. Inside it - there must have been an unlucky dog which he caught last night. Tuan put the bag down in the corner of the shop then sat on a small chair near the door shouting, 'Hey! White coffee, please!'

Strange to say, he drank white coffee today! Perhaps he 'hit the jackpot'. There would be more regular customers coming here in a little while: a chap selling sugar, guy selling cigarettes, fellow selling monosodium glutamate and other daily necessities. In these days, drinking coffee was luxurious. One got into the habit of drinking tea and only tea in this city.

He was the happiest and luckiest in this city because he could drink free coffee everyday by exchanging the bricks with the shopkeeper - the bricks which he had thrown down on the foot of the perennial Banyan-tree.

Every morning when the cock had not started its crow, he left home, taking bags of vegetables on his bicycle and joined a procession of other thousands of pack-bicycles - around tens of kilometers long - riding into various streets of the inner city. After delivering goods, he spent some more time stopping at the Temple of Literature, removing some bricks, putting them in a jute bag, bringing them to the shopkeeper as a barter of goods.

What bricks! They were heavy, spotted, mossy and as big as a man's thigh. They were left in the grass high above the knees, around the foot of a Frangipane tree, Longan tree and scattered around stone stele, at the foot of stone statues or in the shade of trees.

The land had fallen into oblivion and been left derelict for a long time. Anyway, bricks could be served as a secret clue to his free drinking of coffee. One cup of coffee was exchanged for four bricks which he had collected.

The strong and cold wind penetrated through the dilapidated shop. The shopkeeper had to use the bricks from the Temple of Literature which that guy had just brought in as a shelter from the wind. With such bricks, the shopkeeper could build a small stove for preparing coffee. The strong and cold wind shook the partition of bamboo mat between the shop and the next-door house. There were four similar houses with partitions of bamboo mat - which were built behind the Banyan-tree on the site of the Shrine of Three Ladies which had been demolished recently. Rumour had it that the Shrine in worship of the Three Ladies who had died under French occupation of this city.

Those four adjoining houses were allocated to four households under preferential treatment at cheap price because they had a wide circle of acquaintances. Their houses were covered with roofing iron; therefore they were scorching in summer and chilly in winter. All of their inhabitants shared the same water-closet. They had to stand in a line every morning just to wait for their turn.

Each house seemed to hear and see clearly what was happening in the next-door house: laughs and grunts with pleasure in the course of making love, scolding or the murmur of a newly married couple late at night. Anyway, it was lucky to have a house in the city. Moreover, when spring came round, there were birds singing in the shade of a perennial tree in front of the house.

Life elapses slowly but the shopkeeper made profits so quickly just in a few years later. His life became better not because he earned profits from sale of coffee but because he acted as a broker for dealers in daily necessities such as rice, sugar, fish-sauce and cigarette. He started saving every single Dong he earned for purchase of the next-door house to enlarge his coffee shop.

One scorching summer day, there was a stranger entering the shop. He was short, obese and light-hearted with his hoary hair. He was staying at a hotel not far from the coffee shop and came to this coffee shop everyday. While having a cup of coffee, he looked into the gloomy street and at the sunshine penetrating through the wavering leaves and loose aerial roots. One day, he invited the shop keeper to have dinner. Thereafter, the stranger and the shopkeeper looked like a couple of bosom friends. They often had dinner together. Sometimes they drank alcohol until midnight. One day when learning that his new friend will depart from this city, the shopkeeper told his new friend in an emotional voice, 'Shall I offer you some gift as a souvenir of this place?'

The stranger smiled looking around the

shop silently. After a few minutes, he looked out of the shop, pointing at the Banyan-tree and saying, 'I wish I could have the incense burner hung over there.'

The shopkeeper thought the stranger would have wished something much more valuable but in fact, he just wanted the brown-black porcelain burner, a small and valueless object which had been exposed to rain and sun for a long time. Thinking that it was easy, the shopkeeper rubbed his hands together in satisfaction and laughed loudly, 'It's carefree! Don't worry!"

Then, he hurried to the Banyan-tree, climbed the tree, removed the incense burner, climbed down and emptied the incense burner of its contents. He had not handed it to his new friend when the latter opened his bag, took another new porcelain incense burner to give the shopkeeper as a substitute.

They all were happy to shake hands with each other. The stranger attentively invited, 'Tomorrow I'll have to go. How about a dinner tonight to strengthen our brotherhood?'

The shopkeeper seemed a little bit surprised but nodded in agreement.

'Terrific! Terrific!' exclaimed the shopkeeper.

The stranger wrapped the incense burner and put it slightly in his leather bag. How could the shopkeeper be unaware of such a simple trick!

On that night, in a hangover state, the stranger revealed that he wanted to do a research on antiques. He had a lot of money and wished to procure some more antiques such as an antique vase, bowl, plate, sword, even the head of a Zen monk statue, of Arhats preserved in the pagoda over the road. In addition, he wished to obtain more funeral urns. They were buried somewhere in antique tombs around this city. When saying goodbye, the stranger said softly, 'Here's one tael of gold for you to look for such things.'

The tael of gold consisted of two long leaves and one short leaf wrapped in a light yellow paper, like the colour of human skin. They drank and drank inside the shop until the lights from the tea shop over the empty street were out and only the flapping noise from the bats was heard in the night.

Since then, the shopkeeper had a new occupation which seemed strange to everyone in the city.

Also since then, the shopkeeper told the brick-stealing chap not to collect bricks from the Temple of Literature but to look for antique things like a vase, bowl, pot, etc. which survived in the course of time.

Initially, he asked a dog catching guy to go with him to various places. The place where the Temple of the King, who founded the nation, was once located the place where the King who built this city was born in and the place which was well-known for its age-old tradition of making porcelain enamel.

Sometimes, they had to disguise themselves as persons who were looking for their father's or grandfather's tombs, making their ways through graveyards. Waiting until midnight, he together with the dog catching guy tried their best to dig up in search of ceramic or terra-cotta urns which contained the remains of the dead. He found out many urns of various colours: brown, blue, green, white, etc. and other various things - buried along with the dead underneath the pagoda tower - decayed in the course of time. He also found out other urns on the shelves of some sacred pagodas, where a lot of Buddhists came to burn incense sticks.

As for him, the most annoyed thing was the barking dogs which were always causing trouble to all of them wherever they came. Their barking disturbed the quiet of part of the village. He realised that it was the smell from the dog catching guy which incited the dogs to bark at them. Since then, he had never dared eat dog meat just to streamline his works.

Sometimes, he disguised as a hired hand loitering around the straw drying yard of a co-operative. He dug every corner of the yard because this site was once the Stop-over of the then Kings, now a desolated relic.

One day, he played the role of a pious person who came from a remote place. He

Hoa nắng / 65 x 80 cm - Oil painting by DƯƠNG ĐÌNH HÙNG

362 . DƯƠNG ĐÌNH HÙNG

frequented the pagoda with many towers of various size and height for a long time. Some time later, he entered the pagoda and burnt an incense stick as if he was sincerely praying in repentance, then he came to talk with the monk in charge of the pagoda. In their conversation, he slightly closed his eyes and expressed himself as if he had a desire to shave off his hair to become a Buddhist monk.

The other day, he returned to the pagoda in a truck together with some of his neighbours, bringing a lot of offerings to Three Refuges*. They prepared a vegetarian party to stand everybody in the pagoda. That night, monks as well as their pupils fell into a sound sleep under effect of the anesthetic dropped in the food and drinks. Together with his gang, he took away all Budhist and Arhat statues, ancient incense burners, bowls and plates in the pagoda. They put them in the truck and drove back to the city together with tens of urns, which they dug from ancient pagoda towers, containing the remains of the veteran bonzes of high virtues

_____

* *i.e. Buddha, Dharma and Sangha*

who had been in charge of this pagoda.

He smiled, looking at plain and greenish terra-cotta jars which emitted soft light against the moonlight. According to the explanation of the stranger, some of them were the jars under the Ly Dynasty, some were the bowls under the Ho Dynasty, that plate might be of the Mac Dynasty and that Buddha's head was certainly under the Pre-Le Dynasty.

In the course of time, this sort of business went on smoothly. Particularly in his case, he earned a lot of money and built a frontage house near a lake in the district. As to the shopkeeper, he bought up the three adjoining houses from his neighbours behind the perennial Banyan-tree. High above resounded the song of birds.

Only after a decade, behind the wavering aerial roots appeared a new face. The then shopkeeper now built a new restaurant frequented with numerous customers. The most striking feature was its interior decoration: wine counter, partitions, fences built from big and age-old bricks previously collected by himself from the Temple of Literature.

The moss-grown bricks of crocus and light brown attracted a lot of visitors in addition to many antiques exhibited in the soft light of an expensive and luxurious crystal chandelier - once decorated in a French villa.

The sun shone through the leaves, lightening breakfast dishes, a specialty of this restaurant served in the shade of the veranda outside - pig chitterlings.

A black-teeth woman was arranging piles of shining chitterlings, fresh chitterlings from the pigs slaughtered early this morning. The rice porridge pot was steaming. The outside and inside of the restaurant were crowded with customers waiting for their bowls of rice porridge. Fresh and white chitterlings were dipped in the boiling water, taken out and sliced into small pieces. Her horny but agile hand dropped pieces of white, hot and steaming chitterlings one by one down in each bowl of rice porridge.

They ate with appetite, toasting rice wine, one pint of rice wine after the other. This wine restaurant could be the place for the earliest and most crowded 'hand-over' drink of the day in this locality. One drank from early morning till midnight: drinking all year round - spring, summer, autumn and winter irrespective of rain or sun. Dishes prepared for carousers must have the taste of Mam Tom (Shrimp paste). Mam Tom must have its own strong smell pervading in all directions which could attract swarms of black house-flies to flock together. Big house-flies flied up and down, producing particular sounds to accompany the melodious morning song.

After some pints of alcohol, they looked as if they had been in a whirl around the antique carved table, a special one reserved for the honoured guests of the shopkeeper. There, one could see every single face of the guys who had once gone through hardships with the shopkeeper.

Here was a long-time friend who used to dig and exhume graves with him; here was a young chap, one of his relatives who used to cut off the head of Buddha statues. There were also new friends who are in his class – a class of those who got rich quick, who were smart and knew how to live, or of those who were knavish contractors and sometimes those who were only trouble-makers.

Here was 'Tuan - the loiterer'. He specialised in providing falsified diplomas to those who wished to be promoted quickly. One of his friends was promoted as quickly as lightning because this guy often played Chinese chess and drank tea with his manager. Some fun-loving officials also joined this association and some young girls often dropped round and had fun with them all day and all night.

Day after day, they were happy to gather for tattle until midnight. This association named itself '5T Association'. It was so called because their topics of conversations were around '5 Tees', i.e. Tippling, Tea, Treasury, Tender love and Talk filth.

Experience acquired through the years, when he used to steal bricks from the Temple of Literature or break into shrines, temples and pagoda towers, had enabled him to become a well-known archaeologist providing consultancy to those who wanted to do research on antiques.

The dog catching guy now became the boss of various restaurants by the side of a crowded dyke. Anyway, dog meat was a popular dish. The boss became the patron who gave a helping hand to countless persons in misery.

They discussed affairs of those who fish for praise and other daily living affairs. High above resounded the song of birds.

Then came one night, the shopkeeper woke up and felt uneasy when he found out that the leaves of the Banyan-tree were so large that they covered the entire house, obstructed its further construction into a high rise building, prevented the moonlight and hindered stream of people from seeing him. Then, he decided to fell down the ugly and old-aged Banyan tree.

In the following days, night after night he had his men dig deep holes around the root of the tree. They poured a white and fumy liquid down into the root and added some brown and yellow liquid.

In the autumn of that year, the leaves changed their colour and fell down. The perennial tree was withering and became an ugly tree standing barely in life.

The Greenery Company sent workers there to fell down the tree on an autumn-end day. It's the end of the tree! Everything went smoothly as expected.

Finally, the good day for ground breaking ceremony to build a high-rise building came. On that day, the shopkeeper held a party to celebrate victory with various kinds of game specialties. They gathered happily around the vase of 'Can' rice wine in full members – those who had gone through hardships with him.

There was no dog meat at the party due to the undertaking given by the guy who stole bricks from the Temple of Literature.

'I definitely never eat dog meat for a drink any more because dogs eat dirty things and moreover dogs are faithful and loyal animals while human beings are sometimes unfeeling, disloyal and unfaithful'.

A glass of pure water was poured in the vase after each drink. Their lips clasped the bamboo straw and sucked Can wine while their eyes were looking around. They burst out laughing at ease expressing various congratulations in vulgar words

While they were drinking and eating, they kept on pouring pure water in the vase. Drinking in cold nights was a nice pleasure, one felt as if one's feelings had been warmed up. At midnight, some of them became unconscious. Some suffered diarrhea. Some vomited. The shopkeeper was in the same boat: he went into a coma and bradypnea. At the sight of such critical situation, the shopkeeper's daughter was so panic-stricken that she immediately called the hospital for assistance. An ambulance came along with its sirens wailing loudly, disturbing the silent streets. All of them were raced to hospital.

The next day, some persons were reported dead, some remained in a coma refusing to be awakened to enjoy life. Some evil-tongued neighbours around the house had whispered about it.

Some said that it was haunted by the ghost of the Three Ladies. Some spread a rumour that it was the spirit of the heads of Buddha and Arhat statues as well as the apparition of the head of the sacred Goddess which harassed them. Others believed it was affected by the Yin Chi radiated from the bricks from the Temple of Literature.

Officers from the Epidemic Prevention Body came for an inspection of the house and concluded that the mortality was caused either by the poison which had permeated through the soil and into the water pipe and such poisoned water was used for drinking Can wine or by the poison which had been accumulated in a large quantity beneath the perennial tree.

The gloomy morning came with the chilly northern wind. The corpses of the carousers of that day were cremated in the suburb of the city on an Extremely Good Day. It was a very hilarious day: one could hear from crematorium No. 1 the prayers for the peaceful soul of the dead; from crematorium No. 2 the sound of gongs, drums and trumpets from the funeral band playing "The Bridge on the River Kwai' song; from crematorium No. 3 the priest saying his prayers for the dead to be united with God and from crematorium No. 4 echoed the melodious prayers chanted by nuns for the salvation of the spirits of the dead. All intermingled in the lively market of karma. High above the song of birds no longer resounded. ✔

7.
The Đinh's nursery class

Bến cũ / 70 x 100 cm - Oil painting by DƯƠNG ĐÌNH HÙNG

A human body was bandaged with compresses wet with viscid blood, lying motionless in the bed of the Emergency & Resuscitation Ward. A man hurried into the ward and said hello to his sister-in-law.

'I've just arrived. I just received your telegram last night.'

Her face was dripping with tears. Her hair was ruffled. He put down his suitcase, coming to sit on the bed. He held the sunburnt hand of his full older brother – the lucky hand which had not been blown up in the air. His last older brother who managed to survive in life – Brother Dinh Quy, a member of the Dinh's family.

Two days ago, an explosion was heard behind the garden of the Dinh's Family Worship House, throwing an ox and his brother high in the air. It was normal to see coal-black buffaloes, oxen or human beings being thrown high in the air in this highland area of A Luoi District as well as in other areas which were once unlimited zones for bombardment and which were known as hills of human bones.

Bomb craters ploughed up the barren land of the Middle of the country. There were so many craters that the land looked like a thickly pock-marked face, interlaced like the wounds on the body of his brother.

The callous and burnt fingers of Brother Dinh Quy slightly trembled in his hand. A life full of hardship had burnt the hand of his brother callous. His eyes were bandaged completely. A transparent plastic tube was inserted into the nose for him to breathe oxygen. His dark purple lips were moving slightly.

The patient's left foot and left hand were not there any more. It was a pity for the right hand to remain unmatched. A blood transfusion tube was lying on the right foot.

He rubbed slightly his brother's right hand and said, 'Here I am, Dinh Tho's here!'

He repeated it many times then he heard a murmur, 'Are you there, Tho! Try to go home and take care of our ancestral graves and the Family Worship House for me...'.

The patient's voice was muffled and no longer heard. On his face down rolled the hot tears.

He walked out of the hospital, escaping from the cold penetrating through his heart. He recalled the words from his brother – whose life was burden with the family bondage.

He walked across the road. There was a large park stretching along the beautiful river. Walking slowly, He looked at his old school and administrative buildings nearby. He could smell the stink from refuse and shit scattered along the beautiful riverside.

At the end of the road stood a big hotel and a university with a beautiful lawn facing the river - which, to his knowledge, were also scattered with dirty refuse.

At midnight on that Friday, his older brother passed away in the   lamentation of his sister-in-law.

'How miserable I am! You died by the mine and bomb! The oldest brother died and his corpse was missing! Your parents died by bomb too! What an ill-fated Dinh's family!

The nurse came and tapped her on the shoulder to comfort her, murmuring to her ear,

'The graves of your husband's ancestors must have undergone tremor. When you bury him, you'd better ask the doctor in charge of this Emergency & Resuscitation Ward for help. He was the most well-known person in this city and no one can bear comparison with him.'

On Saturday morning, the kind-hearted doctor of the Emergency & Resuscitation Ward rented an ambulance for the bereaved to take Brother Dinh Quy to his native village – A-Sa village in the highland area.

Sitting in the ambulance, the doctor asked his sister-in-law about his brother's date of birth and wrote it down in a thick book. There must be a lot of dead persons whose names were listed in his book. The doctor asked him, 'What's your job?'

Pointing at the theatre over the river, he began his story:

'I used to play the trumpet for US GIs at weekends to earn my living. I sometimes played the trumpet at the theatre over the river by night. One night I fainted away and spat too much blood. I had to travel southwards and earned my living as a music composer. Every morning I went to Thanh The coffee shop to sell my composition to musicians who were too lazy to compose. My life was not so stable.'

The ambulance carrying the corpse went by ferry upstream, and then drove along Route No. 12 to the highland area where the Dinh's Family Worship House was located. It was previously a primitive and desolate area. Now a lot of people came to settle down and lived among ethnic minority people.

The ambulance slowed down due to many ugly pot-holes, followed by the noisy shouting of buffalo keepers. Buffaloes and oxen tried to race with the ambulance carrying the corpse on a bumpy road.

In the afternoon, the doctor changed out of his clothes into a black dress with a black turban tightly worn round the head. He took with him a pack of incense sticks and walked around the garden. After inspecting the graves of his parents and the tomb of his grandfather, the doctor showed him the place for burial of his brother and said,

'On burial, Mr. Dinh Quy's head must face that high mountain direction. The heads of the former deceased had been buried facing the spring and therefore it was not good because there was an underground water source which eroded the graves and resulted in grave tremors. Tonight he must be shrouded as soon as possible between 19:00 and 21:00 and will be buried at Midday tomorrow. It was an extremely good time then.'

The doctor stretched a long threat and looked at it. He moved the coffin to the appropriate direction.

He charged 200 thousand dong for stretching the threat, 200 thousand dong for selecting the burial time, 200 thousand dong for shrouding time, and remuneration, amounting to a sum which exceeded one month's salary. After calculation of the service fees, he climbed into the ambulance and drove back to the city to be in time for the hand-over meeting of tomorrow Monday morning.

At the funeral, there were over hundred persons in A-Sa village came to present their condolences to the bereaved. Half of them were ethnic minority people - the children of mountains and forests: dark and shining complexion, big ear-rings pierced through their small ear lobes, breasts hanging down to their waists and babies carried on their back bent with hardship.

Among those who had black teeth, dark complexion and black hair, there was one strange girl with long hair hanging down on her shoulders and in her black dress which brought out her particularly fair complexion. She burnt some incense sticks, shook her joined hands in front of the coffin and expressed her condolences.

After trumpeting his brother's favourite

song, he sang softly its lyrics, feeling something pungent in his mouth and bitter on his lips:

Bẻ kiếm rong đồi hoang
Ngổn ngang mộng không thành
Rưng rưng hoài cố quận
Ngậm ngùi với trời xanh.

'Breaking off the sword to ramble around wild hill

Leaving behind unfulfilled dreams in confusion

Nursing nostalgia in agonising still

Confiding grief just to the blue sky.'

On the grave-door opening ceremony, the strange girl took along with her a five-year-old boy. While she was burning incense sticks, he asked, 'Who are you? Why staying here?'

With something mysterious in her eyes, she answered, 'I'm Phuong. Brother Dinh Quy and my husband were close friends. They were the first persons who came back to this mountainous area after the war. Three years ago my husband died the same death. It was a paradox that in wartime he had not died, but in peacetime he just died a violent death by a damned mine. What a misfortune!

'Thanks a lot for coming. I'm Dinh Phat,' he said, 'Dinh Quy's younger brother.'

At dinner that night, his sister-in-law suggested, 'You're the last member of the Dinh's family. You must stay here to take care of the Family Worship House. I'll come back to my native seaside village to take care of my old mother. My full younger brother, Trau Seo has just been back from the US and is going to build a tomb for my father.'

He glanced at the Family Worship House which had decayed in the course of time, though it had been under the care of various persons. His grandfather died of malaria. His parents died by bombers and were buried behind the house.

His oldest brother, Dinh Tho had to cut his two fingers: the index finger and the middle finger to evade military service and went to this highland area to take care of his Family Worship House. Brother Dinh Tho had been missing for over ten years on the mountain.

His next older brother, Brother Dinh Quy had to flee the city to this highland area just because of the family bondage. Last week, Brother Dinh Quy passed away saying farewell to the human life. He closed his eyes in remembrance, and then gave a nod of assent to her suggestion.

The next month, he sold his house at Ky Dong lane and packed everything to leave for the native village. He did not like traveling by air and landing at the airport nearby. He was afraid of looking through the plane window and seeing too many graves and tombs covering almost the cultivated land around the airport. There was no other airport in the world with so many graves encircled like this one. Graves occupied so much space that it made the poor poorer.

He traveled by train which called at various stations near the forest. His train pulled hundred volumes of wood in addition to hundred bags of charcoal – by setting fire to forests and felling trees at midnight. The bag of charcoal was bigger than a human being. One spared no tree even a sapling.

In his train, he had to witness an undesirable scene: parents threw litter out of the train window at their ease and then their children imitated their parents to do the same. Is that the way the adult taught their children how to embellish grasses along the road? The road which led him to his native village. He dreamt of the forest in his native village and felt an infinite melancholy deep in his heart.

His sister-in-law had returned to her seaside village leaving him alone with the spirits of the deceased persons under the graves around the garden. He repaired part of the Family Worship House which had once been on fire together with the Dinh's Family Annals.

He kept on transplanting rice seedlings in an area of approximately several hundred square metres of land which was previously a rocky soil. Hundred tons of bombs had been scattered down, throwing rocks high in the air and dissecting brown soil underneath.

Not far from the spring were many bomb craters which were so deep that they revealed the underground water source and became a serene lake. He bought fish for breeding. Fishes in the upper reaches of the blue river of those days were now in danger of extinction due to environmental pollution. The highlanders could live. He could live, too.

The girl showed him how to plant manioc. Her fair and tender hand held the manioc plant, 'You must implant it oblique like this. Whenever you feel something hard below, stop right away. There must be a bomb or mine underneath.'

She added, 'If you implant it vertically, unfortunately there was a mine below, you'll be blasted into pieces.'

Phuong pointed at the forest and gave him a few words of advice, 'You shouldn't go into the forest alone. Just call me to guide you. You'd better follow the tracks left by ox carts.

After the war, how many persons died? How many persons were injured by bombs or mines left over while they were tilling the

Bóng */ 100 x 100 cm - Oil painting by DƯƠNG ĐÌNH HÙNG*

386 . DƯƠNG ĐÌNH HÙNG

fields?

No one could give the answer.

They, those who received no guidance from anyone, had to follow traces left by buffaloes and oxen when going around, had to implant the manioc oblique when planting manioc just to avoid mines.

He learnt from Phuong much experience of how to survive on this land. They became friends. He often sang to Phuong the following musical phrase:

Mai sau ngồi nhớ trăng tiền kiếp
Sẽ thấm, thấm vô cùng cuộc biển dâu.
'One day in the future,
in contemplation of the moonlight
in previous incarnation
One will perceive, perceive well
how the world undergoes
such transformation.'

He together with Phuong opened classes at the Dinh's Family Worship House for buffalo keepers and highland children. They taught the children how to plant flowers in the garden and along the alley. In the afternoon, they took the children out to pick up litter in the village path. She told him, 'If, from a child, they are taught how to appreciate flowers, how to plant trees along the common alley in the street, then when they grow up, they never set fire to a forest nor kill any animal. If they are taught how to pick up litter, then when they grow up they do not form a habit of littering around in the street and urinating or defecating down into the river.'

Phuong said, 'Formerly, my house was located by the Son River near the foot of a mountain where there are many limestone grottoes, exactly on the Son River right bank. In wartime, trucks of the army passed by and often stopped there for a break. My husband was a soldier and I was a teacher at a village school. When we first met, it was a time for us to hear the whistle of bullets and to sleep in trenches. When peace was restored, I followed my husband to travel southwards without knowing that my husband's home was far in this highland hamlet and that there was nothing interesting there but the howl of gibbons at night. War always presented a lot of unexpected things!

On the ceremony of one hundred days after his brother's death, his sister-in-law prepared ceremonial offerings at her mother's seaside house - not at the old house in this highland area. Perhaps she wanted to show off her newly built house and tombs - which had been built from the money of Trau Seo – just coming back from the US. He went there with Phuong to make ceremonial offerings to his dead brother.

The newly built house was the most splendid in this seaside village. It was prominent against the other houses made of wattles and thatched-roofs.

Those newly built houses with glaring colours and patchy architecture looked ridiculous but all of them had one thing in common: there was a noisy Karaoke component in the middle of each living-room.

On the wall hung a photo of Trau Seo in an imperial robe sitting on the throne. He rented the imperial robe and swaggered about in the streets on a visit to his native village. There was a photo of Trau Seo standing by a Mercedes 350. Its roof was used as a place for drying fish.

By fishing trips in Louisiana waters, he could get rich quickly. Formerly, he earned his living by keeping buffaloes, then fishing in a boat. There was also a time when he wandered around aimlessly. Trau Seo, flushed with alcohol, was sitting with his old friend. The doctor of the Emergency & Resuscitation Ward was sitting by their sides.

Trau Seo said loudly so that everybody could hear him, 'Doctor, please help me find out my family annals. I'll come back next year to take it.'

The doctor raised his glass and smiled, 'Time elapsed so quickly that there has been so much change since then.'

Both of them continued their teaching in A-Sa village. The money from selling his house at Ky Dong street was used to build a spacious house which could accommodate more than ten children who came to study, listen to his songs or watch video films. He bought one generator, dug a clean well equipped with a water pump and built two toilets for his male and female pupils. The toilets were as clean as the classrooms themselves.

The four-hectare-land which was previously teeming with black rocks now became fish breeding lake. Big fish could be sold at profit. Bomb craters with various round pits of strange shapes now turned out to be rice fields under cultivation by those persons who came to support him.

He dug up and around fifty graves scattered in his garden to have their contents cremated. Other remains were put in ceramic urns and buried in the garden corner. Although it was a small cemetery, it was abundant in flowers and grasses all year round. Flamboyant flowers showed off their bright colour when summer came, white and violet flowers waved in melancholic winter... and wild flowers were countless and multicoloured: blue, yellow, violet, etc. They were planted to give a shade to the graves.

On the cremation ceremony, members of the district and commune authorities came to attend it. They wondered about what he had done.

He managed to find a video film and presented it to everybody. The Australian land was tenfold larger than our country. It ranked first among the countries rich in natural resources. Yet the land reserved for the deceased was restricted: around 15 to 20 dead persons were buried in the same grave. He said, 'As my land was small, I'd better imitate Australian people to reserve land for planting trees.'

The melodious but stimulating melodies of the summer song sung by cicada musicians was heard intermittently somewhere in the garden brightened by the red flamboyant flowers of the Dinh's Family Worship House. The westerly wind came along with unbearably hot weather. Phuong and her child had been on a visit trip to her maternal native village.

The stream in the back garden had almost dried up. He walked upstream for the first time since he came back to his village one year ago.

He looked at big Indian Taro leaves covering completely a pit at the end of the stream where the den of crows was located. The Indian Taro stalk was as big as a human arm. He approached it and uncovered the thick Indian Taro leaves. He was startled and stood still. An unknown flock of black crows suddenly soared into the air like a hurricane.

He shook his head as if there was a hot electric current running from his feet up to his sinciput. The stream water was hot – as if the heat radiated from some natural energy. He tottered to the place where the flock of crows had soared up. A dry skeleton of a human body, supported by leaves and trees, was sitting there with its hands clinging to its sinciput.

It was a dead person. Maybe he came here for a shelter from bombs and bullets. It must have been a long time because there remained only a skeleton. Those Indian Taro leaves were not large enough to shelter his full body leaving him vulnerable to the flock of crows.

In bewilderment, he glazed at the right hand: it lacked the forefinger and the middle finger. In this A-Sa village, there was only Brother Dinh Tho whose fingers were cut off. It was exactly Dinh Tho – his older brother.

Coming closer, he touched the crippled hand and all of a sudden all the skeleton collapsed overlapping one another into a pile of decayed bones. He had been sitting there for twenty years long expecting his younger brother to fetch him!

On the day of Brother Dinh Tho's funeral, Phuong sat by his side surrounded by many children. Phuong told everybody about her native village she had come back. The highland area by the Son River was abundant in limestone grottoes. These grottoes were the most well known relics in the province attracting a great deal of foreign tourists to come everyday.

The grottoes were deep and mysteriously beautiful, stretching ten kilometres long. Strange to say, no clean toilet was built for tourists there!

She told the tragic story about the eight vanguard youth members who had been buried alive in one of those grottoes. During a bombardment by airplanes, a big rock – as big as a five-floor-building - fell down and covered completely the grotto entrance. The villagers could hear the echoes of their last wails and moans before they died. Food could not be passed inside and nothing could be done for them.

The big rock covering the eight dry skeletons inside was later removed. That tragic story recalled him to Brother Dinh Tho's dry skeleton lonely in the bomb crater one day.

Still another strange story: in the city mushroomed so many buildings with bright and showy colours. Their architecture was a in hybrid style: roofs designed in domical style of Italian cathedral and Islamic mosque, curved doors in Greek style, houses in French style casting shade over the poor's dilapidated houses - a type of new cultural mess.

It was a pity that there was no plant to be built for jobless persons thirsty for an employment. As to schools, around six children had to share a desk in class. It was a pity for the fishing hamlet in front of Phuong's house, in the upper reaches of the Son River, that no body there knew how to read just simply because no child could afford to go to school.

He compared Phuong's village with his, 'The fishing village of your province has enough land for people to live, enough place for them to urinate and defecate while hundreds of boats on the river of my native village have to suffer for lack of land to live, schools to study, books and newspapers to read. How can they feel pity for small fish fries being suffocated in such a polluted river? No wonder why they feel at ease when they urinate and defecate down into the river without any sense of responsibility.

The children under Phuong's and his care now could read and plant flowers. At home, they could prevent their parents from setting fire to the forest, they could pick up litter and ensure their personal hygiene everyday. Their two young teachers often took them downtown for a sightseeing of the nice city. They often walked along the blue river bank. The black boy, Phuong's nephew, shouted, 'Teacher! What a stink here! Why so?'

He thought to himself it was interesting that this highland boy now could smell something unpleasant from rubbish and human shit.

'It smells because nobody knows how to keep it clean, because adults fail to teach their children how to pick up litter and not to defecate at public places,' he replied.

Standing still, he contemplated the river where there were many boatmen who lead their lives afloat. Where were litter and human shit discharged? Exactly into the river – which gradually shallowed due to refuse accumulated through years and now became an artificial hill of refuse facing the Hill of Corns.

He dared not take the children to the

Chim / 100 x 100 cm - Oil painting by DƯƠNG ĐÌNH HÙNG

398 . DƯƠNG ĐÌNH HÙNG

ancient rampart of the Royal Citadel for them to contemplate the city and its impressive architecture handed down by their ancestors, just because it was much dirtier high over there than along this riverbank.

As the highland children could not put up with the stink, they turned round and have an envious look at the university, formerly an impressive model high school, crowded with students - those young men who often spent their time loitering in coffee shops, puffing cigarette smoke during the day and then drinking and chatting about footballs by night.

Everyone seemed to be indifferent to what was going on!

Phuong pointed at the university and said, 'Look at the university over there. It will soon be demolished to build a hotel. You'd better come to see it for the last time.'

The black boy asked further, 'Why don't the students here plant flowers along the roads as we do in our A-Sa village?'

As there was too much space in the streets? As one could not afford to do it? As there was nobody to plant flowers? As there were many busy persons in here? Everyone was indeed busy!

As to men, some were busy playing football in the afternoon and most of public buildings and schools here were closed.

Others were busy building their ancestral tombs or looking for their family annals.

As to women in the market over the river, they were busy guessing which numbers to be bet on in a So De lottery tomorrow - by trying to deduce from what they saw in their dreams every night. What a life! Too much lamentation over misery and poverty to be endured and too many why-and-why questions to be asked.

He looked up at the sign hung on the hospital side saying 'Green and clean city'. He entered the hospital to see the doctor of the Emergency & Resuscitation Ward. The doctor looked healthier and younger. He asked, 'Doctor, did you find out Trau Seo's family annals?'

The doctor smiled and said, 'Trau Seo's

grandfather used to live in Da Bac. There was the Flood which swept away his entire village to the sea including his grandfather. Formerly, there was a small island in Da Bac where one could find hundreds of ancestral tablets, the writing of which are blurred and illegible. Therefore it's difficult to find his grandfather's ancestral tablet. His father could escape death as he went out to take care of buffaloes on the barren hill. His father used to be the leader of the buffalo keepers who considered themselves as tomb keepers for collection of money. When one refused to give them money, they smashed such tombs. He saved enough money and got married to a girl in a seaside village. Thereafter he earned his living by offshore fishing. Several ten years ago, Trau Seo's father as well as other villagers died of hunger. His dead body was wrapped in a jute mat and buried in the back garden near the willows.'

That night, the children were overjoyed at seeing thousands of colourful lanterns floating on the river. It was a strange scene to them. Phuong explained, 'as to foreigners, jut with several dollars, they can enjoy such a beautiful scene. It's a pity just for the blue river to be burdened with thousand of rubbish pieces. Life is by its nature unhappy but it is even unhappier to witness such a scene! Nobody assumes any responsibility. Powerless persons litter around and so do powerful persons! What an awful thing to drop floating lanterns night after night!

Tomorrow morning, they took the children to the sea by the city and near the native village of his sister-in-law.

The beach was white and nice but discharged with too much waste. A fisherman bent his back to draw the fishing boat ashore. He just caught a lot of fish as big as a cigarette. Some street children would rather become beggars than go to school. A woman carried a three-year-old child in her arms. They bowed their heads to beg for compassion from passers-by.

Phuong shouted, 'You mustn't torture the child by exposing him to the sea sun like that. What a poor child!'

As a child, he thought, one began to teach the children how to earn their living by begging. As in the case of Trau Seo, he had learnt how to beg for money as a child whenever there was somebody coming to visit a tomb. Who was responsible for this practice?

Nowadays, in Trau Seo's seaside village there were thousands of splendid costly tombs. One never yielded to another! Trau Seo made himself conspicuous. His neighbours wanted to upstage him by promising to build thousand of tombs which were more expensive than the one he had built. In daily life, one wished to show off what they owned: a newly built tomb, family annals or a newly purchased Karaoke component.

The amount used to build tombs was enough to build a plant here or to purchase a number of big fishing boats capable of offshore fishing. Big fishes could escape while small fishes failed and were all caught. When one earns a lot of money, one finds it easy to forget everything even to forget that one has narrowly escaped starvation just recently.

Since then, rarely had he gone downtown. He felt something desolate in his heart just because there were a lot of worries about the environment he was living in. Saplings in the mountainous areas were cut off. Small fishes in the sea were no longer there and the city was full of dirty waste.

He still sang songs, played the trumpet and shared classes with the children under his care. He presented video films on foreign cities for the children to enjoy. In all of the modern cities today, just one building complex – a city hall can accommodate every governmental institutions and divisions unlike the city in Phuong's native village. He said to the children, 'Waste discharged in the streets is a minor issue, because when you grow up you are capable of cleaning it up. However, the latent danger lies in the style of patchy and monstrous architecture in the city. That giant deeply-rooted waste is almost impossible to be cleaned up! You and your next generation will have to suffer from such an awful scene every day.

A scorching land of Arizona, the Judaic desert... a dry and scorching land previously abundant in stone and gravel are now planted with orange and tangerine trees. Its volcanic grotto of more than two hundred square metres which lures million of tourists. While the grottoes in Phuong's native village, an invaluable treasure endowed by nature, have no room for a clean toilet, no place to build a comfortable hotel for tourists to stay in and enjoy themselves by the Son River. What they have is a bumpy road, a swarm of houseflies flying over bowls of boiled rice or bowls of Pho. As a result, those tourists who have once visited never come back again.

Some time, he presented a film on Singapore city. Many people admired Singapore for its cleanliness. He explained to the children, 'Twenty years ago, Singapore was much worse than our own city. Their natural resources only consisted of the air and a small island with a population of two million. It's easier in our case, a city with several hundred thousand inhabitants, to keep our city clean. Singapore solved the problem by firstly dealing with the residence for their citizens, then by teaching their children how to form a good habit of keeping their environment clean. It took me almost twenty years to find my older brother's skeleton. Leaving litter around the city, catching fish in the river and felling trees in forests are matters of major concern. Why do we ignore it? Even though it takes us thirty years or more, we have to solve it now and urgently.

Precious relics are often old but new and clean toilets are also as necessary as new type of people who know how to keep the environment clean. Adults should know about it!

Taiwan and Korea are now Asian Dragons. It was a long way since they formulated their educational plans for their children in the1960s. Still, I believe that all of you can do it.'

He felt uneasy at the thought of the perennial tree by the road leading to the seaside. It was felled down despite the fact that it had existed there for hundred years. A human life could last several ten years while it took hundred years for a tree to grow up and even thousand years for some tree.

Numerous Chinese tea or hibiscus hedges which had surrounded houses and buildings now were replaced with insipid walls. One did not comprehend the true value of floral fences. The value of floral fences was tenfold higher than that of the concrete fences as it took several ten years for them to grow up.

He often played the guitar and sang the following sad melody:

Em chui rúc thiệt thòi
Trong khoảng không tuyệt vọng
Ta loay hoay một đời
Nơi lồng lộng trần gian
You huddle yourself up
by a disadvantaged tie
in cramped space of despair

I loiter around all my life
in the immensity of this world

Early mists in a cold winter morning were still lingering around the A-Sa village. A big bang from the garden of the Dinh's Family Worship House awakened the forests. His coal-black body - pierced by hundreds of M 79 fragments - was blasted high in the air. He died immediately at the site, lying by the banana plant. There were a bundle of red ixora flowers and many red banana flowers by his side. Perhaps he had just picked ixora flowers near the rock and awakened the sleeping bullets in the garden.

The explosion smashed banana plants. Wild violet and red flowers were covering his body. A red blood stream had just spilt over the miserable soil. Nothing remained intact but his open eyes gazing on life, looking up at the dark clouds high above, contemplating the river and looking after Phuong and the children in the garden. He died a violent death without closing his eyes. It was the last page of the Dinh's Family Annals.

Phuong cried in agony. She caressed his eyelids to close his eyes, 'I promised to pursue your ideal and maintain the nursery classes at the Dinh's Family Worship House, to teach the children every day how to keep the streets, the forest and the sea from being polluted...'

His eyes were slowly closed. There were drops of blood tears rolling down his face like the last farewell bidden to his beloved. ✔

TÌM QUÊ
m ụ c l ụ c

1. Tìm quê 5
2. Ba người đàn bà bên kia cồn bắp 19
3. Lưu lạc một vần thơ 29
4. Đôi mắt rắn đỏ và men rượu đàn bà 49
5. Định mệnh trong ngôi nhà xưa 89
6. Những viên gạch nhà Văn miếu 133
7. Lớp Mẫu giáo dòng họ Đinh 151

Nostalgia
CONTENTS

1. Nostalgia 181
2. Three Ladies on the other
   Side of a Corn-hill 199
3. The Journey of an Anthology of Poems 211
4. Red Eyes of a Snake
   and Alcoholic Ferment in Those Women 235
5. Destiny Foreordained in an Ancient Home 289
6. The Bricks from the Temple of Literature 351
7. The Dinh's Nursery Class 373

Hội họa
VỰNG TẬP

1. Mật ngữ 5
2. Ánh đèn mổ 12
3. Vỡ vụn 19
4. Lóe sáng 29
5. Dấu tích 38
6. Nắng hồng 49
7. Say 1 58
8. Thiếu nữ 68
9. Say 2 78
10. Cõi xưa 1 89
11. Cổng 1 100
12. Cõi xưa 2 112
13. Cõi xưa 3 124
14. Cổng 2 133
15. Cổng 3 140
16. Cuốn trôi 151
17. Cổng Hoa Lư ... 160
18. Ký ức 170
19. Áo trắng 181
20. GS Mac Carthy...190

21. Biển động 199
22. Trăng mép ly ... 206
23. Bóng cò 211
24. Trái tim 222
25. Bên sông 235
26. GS Hollows 246
27. Tỉnh thức 256
28. Trên cao 266
29. Cổng 4 276
30. Bóng lửa 289
31. Bừng sáng 300
32. Thư viện Y khoa..310
33. Lô cốt 320
34. Đong đưa 330
35. Lỡ chuyến đò ... 340
36. Hoa dại 351
37. Hoa nắng 362
38. Bến cũ 373
39. Bóng 386
40. Chim 398

Văn tuyển Sài Gòn

DƯƠNG ĐÌNH HÙNG

TÌM QUÊ

TẬP TRUYỆN

*

Nostalgia

AN ANTHOLOGY OF SHORT STORIES

*

VỰNG TẬP HỘI HỌA

KÝ HỌA:

TRỊNH CÔNG SƠN

MỸ THUẬT:

CHÂU THẾ HÙNG

KỸ THUẬT:

VĂN TUYỂN SÀI GÒN

TỦ SÁCH GIA ĐÌNH

SÀI GÒN 2021

www.ingramcontent.com/pod-product-compliance
Lightning Source LLC
Chambersburg PA
CBHW070742120726
47910CB00001B/145